உணர்ச்சிவேகம் முதல் நிம்மதி வரை

(From Passion to Peace)

ஜேம்ஸ் ஆலன்

(தமிழில் சே.அருணாசலம்)

வள்ளியம்மை பதிப்பகம்

mobile/WhatsApp: 91-8939478478

email: arun2010g@gmail.com

நூல் விவரம்

நூல் தலைப்பு	: உணர்ச்சிவேகம் முதல் நிம்மதி வரை
Book Title	: Unarchi Vegam Muthal Nimmathi Varai
ஆசிரியர்	: ஜேம்ஸ் ஆலன்
தமிழில்	: சே.அருணாசலம்
உரிமை@	: வள்ளியம்மை பதிப்பகம்
முதல் பதிப்பு	: 2024
பக்கங்கள்	: 86
தாள்	: 70 ஜிஎஸ்எம்
அச்சகம்	: Real Impact Solutions, Chennai- 600 004
வெளியீடு	: வள்ளியம்மை பதிப்பகம்
	அலைபேசி: 91-8939478478
	மின்னஞ்சல்: arun2010g@gmail.com
விலை	: ரூ 150/-
ISBN	: 978-93-341-3917-4

உள்ளடக்கம்

முன்னுரை 1
1. வெறியுணர்வு 3
2. உயர்வு எண்ணுதலுக்கான ஊக்கம் 13
3. உள் மனத்தூண்டுதல் 25
4. மனம் திருந்துதல் 37
5. அனுபவத்தால் உணரக்கூடிய உயர்வாழ்வு 49
6. அழகியல் வாழ்வு 65
7. பெருநிம்மதி 73
அச்சு புத்தக விலைப்பட்டியல் 78

முன்னுரை

இந்நூலின் தொடக்கப் பகுதியின் முதல் மூன்று கட்டுரைகளான வெறியுணர்வு, உயர்வு எண்ணுதலுக்கான ஊக்கம் மற்றும் கீழ்நிலை எண்ணங்களின் தூண்டுதல் ஆகியன பொதுவான மனித வாழ்வை அதன் வெறியுணர்வுகளோடும் துன்பங்களோடும் துக்கங்களோடும் சித்தரிக்கின்றன. இறுதி பகுதியின் கடைசி மூன்று கட்டுரைகளான அனுபவத்தால் உணரக்கூடிய உயர்வாழ்வு, அழகியல் வாழ்வு மற்றும் பெருநிம்மதி ஆகியன மெய்ஞானிகள் மற்றும் மீட்பர்களின் தெய்வீக வாழ்வை அதன் சாந்த நிலையோடும், மெய்யறிவோடும் பேரழகோடும் சித்தரிக்கின்றன. அதன் இடைப்பகுதியான மனம் திருந்துதல் என்பது இவ்விரண்டு பகுதிகளுக்கும் இடைப்பட்ட ஒன்று. அது மனித வாழ்வை தெய்வீக வாழ்வோடு இணைக்கின்ற இரசவாத செயல்பாடாகும். ஒழுக்கப்பண்புகள், சுயநல மறுப்பு மற்றும் துறப்பு ஆகியவற்றை கூறுகளாகக் கொண்டு தெய்வீக வாழ்வு கட்டமைக்கப்பட்டு இருக்கவில்லை, அவை தெய்வீக வாழ்வை அடைவதற்கான வழித்தடங்கள் மட்டுமே. குறையில்லாத நிம்மதியை அளிக்கும் மெய்யறிவில் தான் தெய்வீக வாழ்வு நிலை கொண்டிருக்கிறது.

துன்பப்படும் மனிதர்களின் கூக்குரல் ஓசைகள் மற்றும் துன்ப ஓலங்களுக்கு இடையே

தெய்வீக அழைப்பின் குரலை நான் திரும்பக் கேட்கிறேன்;

இதயத்தின் வேதனையிலிருந்து மேலெழுவதற்கான வழியைக் காட்ட

அது ஆவல் கொண்டுள்ளது.

பாவத்தின் இருள் சூழ்ந்த பாதைகளில் வீசும் சூறைகாற்றை

அடக்கியாள மெய்யறிவு பொருந்திய உறுதியான மனம் காத்திருக்கும்.

காவல் அரண்கள் சூழப்பட்டு இருக்கும் தீவிரமான வெறியுணர்வுகளின் வாயிற்கதவை கடந்தால்

அங்கே பெருநிம்மதி உடன் வர காத்திருக்கின்றது.

ஜேம்ஸ் ஆலன்

சே.அருணாசலம்

1. வெறியுணர்வு

புனிதர்களின், தவசீலர்களின் பாதை; மெய்யறிவு பெற்றவர்களின், மனமாசு அகற்றியவர்களின் பாதை; மீட்பர்கள் கடந்து வந்த நெடிய பாதை; இனி வரவிருக்கும் அனைத்து மீட்பர்களும் கடந்து வர வேண்டிய பாதை என்பதே இந்த நூல் விவாதிக்க இருக்கும் உட்கருத்தாக இருக்கும். நூலாசிரியர் அத்தகைய உயர்ந்த கருத்துக்களை இந்தப் பக்கங்களில் சுருக்கமாக விளக்குகிறார்.

மனித வாழ்வின் ஆக தாழ்வான நிலை வெறியுணர்வு நிலை ஆகும். அதை விட தாழ்ந்த நிலைக்கு யாரும் செல்ல முடியாது. இருள் மண்டி கிடக்கும், குளிரால் வெடவெடக்க வைக்கும் அதன் சதுப்பு நிலங்களில் சூரிய ஒளி உட்புகுந்திராத பகுதிகளில் வாழும் உயிரினங்கள் ஊர்ந்து தவழும். காம இச்சை, காழ்ப்புணர்வு, கோபம், பேராசை, தற்பெருமை, வீண் பகட்டு, பொருளாசை, பழிதீர்த்தல், பொறாமை, புறம் பேசுதல், அவதூறு பரப்புதல், பொய், களவு, ஏமாற்று, துரோகம், கொடூரம், சந்தேகம், பொறாமை - போன்ற மூர்க்கமான கண்மூடித்தனமான ஆற்றல்கள், சரி தவறை பகுத்து உணர்ந்து பார்க்காத உந்துதல்கள் வெறியுணர்வின் பாதாள உலகில் குடியிருக்கும்.

அவை மனித மனம் என்னும் அடர்ந்த காட்டில் வேட்டையாடும், வேட்டையாடவும் படும் விலங்குகளாக சுற்றித் திரிகின்றன.

அங்கே மனவுறுத்தல், வலி, துன்பம் போன்ற இருண்ட வடிவுகளோடு கூடவே துக்கம், வேதனை, மனச்சீற்றம் போன்ற கூனிகுறுகிய தாழ்நிலை வடிவுகளும் இருக்கும்.

தூய்மையின் நிம்மதியையோ அல்லது தெய்வீக ஒளியின் மகிழ்ச்சியையோ உணராமலேயே, மெய்யறிவில்லாதவர்கள் இந்த இருண்ட உலகில் வாழ்ந்து மடிகிறார்கள். அவர்களுக்கு மேற்புறமாக, அவர்களுக்காகவே அந்த தெய்வீக ஒளி எப்போதும் ஒளி வீசிக் கொண்டு தான் இருக்கிறது. ஆனால், இப்புவியுலக வாழ்வை மட்டுமே எண்ணி தாழ்நிலையில் உள்ளவற்றை மட்டுமே குனிந்தபடி காணும் அவர்களது விழிகளின் மீது, அவர்கள் மேல் நோக்கி காணும் வரைக்கும் அவர்களது திறவாத இமைகளின் மீது விழுந்தபடி வீணாகவே ஒளி வீசிக் இருக்கின்றது.

சே.அருணாசலம்

ஆனால், மெய்யறிவானவர்கள் மேல் நோக்கி காண்கிறார்கள். வெறியுணர்வு வாசம் செய்யும் தாழ்நிலையில் உள்ள உலக வாழ்வோடு அவர்கள் திருப்தி அடைவது இல்லை. நிம்மதி வாசம் செய்யும் உயர் உலக வாழ்வை நோக்கி அவர்கள் அடி எடுத்து வைக்கிறார்கள். அவர்கள் பார்வைக்கு முதலில் வெகு தொலைவில் புள்ளியாகத் தெரிகின்ற பேரானந்தமும் பேரொளியும் அவர்கள் முன்னேறி அருகே செல்லச் செல்ல மலைக்க வைக்கும் அளவு வளர்ந்த படி இருக்கும்.

வெறியுணர்வின் தாழ்நிலைக்கு கீழே யாரும் செல்ல முடியாது. ஆனால், அனைவராலும் அதன் நிலையிலிருந்து மேலெழ முடியும். அதையும் தாண்டி கீழே செல்வது இயலாது என்ற சூழலில், முன்னேறி செல்லும் யாவரும் மேலெழுவது நிச்சயம். முன்னேற்றப்பாதை எப்போதும் கைவசம் இருக்கிறது. அருகிலேயே இருக்கிறது. எளிதில் அணுக இயலக்கூடியதாக இருக்கிறது. தன்னைத் தான் ஆள்வதே அந்த முன்னேற்றப் பாதை. தனது சுயநலத்திற்கு அடிபணியாதவன், தனது ஆசைகளை ஒழுங்குப்படுத்தத் தொடங்கியவன், தனது மனதின் தவறான செயல்பாடுகளைக் கட்டுப்படுத்தி கட்டளையிட்டு வழிநடத்துகின்றவன் அந்த முன்னேற்றப் பாதையில் நடைப் போடத் துவங்கிவிட்டான்.

வெறியுணர்வு என்பது மனிதக்குலத்தின் பரம எதிரியாகும், மகிழ்ச்சியை தலைசாய்த்து வீழ்த்துவதாகும், நிம்மதியின் நேரடி எதிரியாகும். அதிலிருந்து புறப்படுவன யாவும் களங்கமானவையும் அழிவானவையுமே. அது துன்பத்தின் ஊற்றுக்கண். வேதனையின் தோற்றுவாய். சூழ்ச்சி மற்றும் பேரழிவிற்கு துணை நிற்பது.

சுயநலத்தின் உள் உலகம் அறியாமை என்ற வேரிலிருந்து முளைக்கிறது- தெய்வீக விதிகள் குறித்த அறியாமை, தெய்வீக நன்மை குறித்த அறியாமை, தூய்மை என்னும் வழி குறித்த அறியாமை, நிம்மதியான பாதை குறித்த அறியாமை. ஆன்மீக இருளே, அந்த அறியாமை செழித்து ஓங்கி வளர்வதற்கான ஏற்ற இடம். ஆன்மீக ஒளி பொருந்திய இடங்களுக்குள் அவ்வறியாமையால் நுழைய முடியாது. மெய்யறிவு குடியிருக்கும் மனதில், அறியாமை அழித்தொழிக்கப்படுகிறது. தூய்மையான உள்ளத்தில் வெறியுணர்வுக்கு இடமில்லை.

வெறியுணர்வு அதன் அனைத்து வடிவுகளிலும் ஒரு மனத்தவிப்பே, மனக்காய்ச்சலே, அலைச்சலுக்கு உள்ளாகும் சித்திரவதையே. ஒரு பெரும் கட்டிடத்தை தீ விழுங்கி சாம்பல் குவியல் ஆக்குவதுப் போல, மனிதர்களும் வெறியுணர்வு என்னும் தீக்கு இரையாகின்றனர். அவர்களது செயல்களும் பணிகளும் விழுந்து அழிகின்றன.

ஒருவன் நிம்மதியை உணர வேண்டும் என்றால் அவன் வெறி உணர்வை விட்டு வெளி வர வேண்டும். மெய்யறிவு மிக்கவன் தன் வெறியுணர்வுகளை அடக்கியாள்கிறான். முட்டாள் தன் வெறியுணர்வுகளால் அடக்கி ஆளப்படுகிறான். மெய்யறிவு தேடலில் ஈடுபட்டவனது தொடக்கம் என்பது முட்டாள்தனத்திற்கு விடை கொடுத்து அனுப்புவதே. வெறியுணர்வு மற்றும் மனச் சோர்வு அல்லது ஆற்றாமையின் இருண்ட உறைவிடங்களை விட்டு எடுத்து வைக்கும் ஒவ்வொரு அடியாலும் நிம்மதியை நாடுபவன் மேலெழுகிறான்.

மெய்யறிவு மற்றும் நிம்மதியின் சிகரங்களை நோக்கி செல்வதற்கான முதற்படி என்பது சுயநலத்தின் இருள் மற்றும் வேதனையைக் குறித்தப் புரிதலே. அதைப் புரிந்து கொள்ளும்

உணர்ச்சிவேகம் முதல் நிம்மதி வரை

போது அதிலிருந்து மீண்டெழுவது-அதிலிருந்து வெளிவருவது- தன்நிகழ்வாக நிகழும்.

சுயநலம் அல்லது வெறியுணர்வு என்பவை பேராசையின் ஒட்டு மொத்த வடிவுகளிலும் கண்களுக்கு வெளிப்படையாகத் தெரியும் கட்டுப்படுத்தப்படாத மனதின் செயல்பாடுகளில் மட்டுமே அடங்கியிருக்கவில்லை. தன் அகம்பாவத்தை ஈடேற்றிக்கொள்ள எண்ணும் ஒவ்வொரு எண்ணத்திலும் நுட்பமாக ஒளிந்து செயல்படும் நிலையும் அவற்றின் இருப்பைச் சுட்டிக்காட்டுகின்றன. அதிநுட்பமாகவும் ஏமாற்றும் விதமாகவும் அது எப்போது செயல்படுகிறது என்றால்-, மற்றவர்கள் எந்த அளவு சுயநலத்தில் மூழ்கியிருக்கிறார்கள் என்று ஒருவனை திசை திருப்புவது, மற்றவர்களது சுயநலம் குறித்து குற்றம் சாட்டுவது, பழிசுமத்துவது போன்றவைகளில் ஒருவனை ஈடுபட வைக்கும் போது தான். மற்றவர்கள், எந்த அளவு சுயநலத்தில் மூழ்கியிருக்கிறார்கள் எனத் தொடர்ந்து எண்ணிக்கொண்டிருக்கும் ஒருவனால் அவனது சுயநலத்திலிருந்து வெளிவர முடியாது. மற்றவர்களைக் குற்றம் சாட்டுவதால் நாம் நமது சுயநலத்திலிருந்து வெளி வர முடியாது. நம்மை நாம் பரிசுத்தப்படுத்திக் கொள்வதால் தான் அதிலிருந்து வெளி வர முடியும்.

சே.அருணாசலம்

வெறியுணர்விலிருந்து நிம்மதிக்கு இட்டுச் செல்லும் வழி என்பது மற்றவர்கள் மீது வலி உண்டாக்கும் குற்றச்சாட்டுகளை சுமத்துவதால் வருவது அல்ல, ஆனால் ஒருவன் தன்னிலிருந்து மீள்வதனால் வருவது. மற்றவர்களது சுயநலத்தை கட்டுப்படுத்த நாம் பேராவலோடு பாடுபடும் போது, நாம் வெறியுணர்வால் பிணைக்கப்பட்டு இருக்கிறோம். பொறுமையை கடைப்பிடித்து, நமது சுயநலத்திலிருந்து விடுப்படும் போது, நாம் மீட்பு நிலைக்குள் நுழைகிறோம். எவன் தன்னை அடக்கி ஆள்கிறானோ, அவன் தான் மற்றவர்களையும் அடக்கி ஆள முடியும். அவன், வெறியுணர்வால் மற்றவர்களை அடக்கி ஆளவில்லை, ஆனால் அன்பால் அடக்கி ஆள்கிறான்.

முட்டாள், மற்றவர்களைக் குற்றம் சாட்டி தன்னை தற்காத்துக் கொள்கிறான். ஆனால், மெய்யறிவில் வளர்கின்றவன் மற்றவர்களை நியாயப்படுத்தி தன்னை குற்றம் சாட்டிக் கொள்கிறான். வெறியுணர்விலிருந்து நிம்மதிக்கான பாதை என்பது புற உலகின் மனிதர்களோடு தொடர்புடைய பாதை அல்ல. அது அக உலகின் எண்ணங்களில் அமைந்திருக்கும் பாதை. மற்றவர்களது செயல்பாடுகளைத் திருத்தியமைப்பதால் அது உருவாவதில்லை. தனது சொந்த செயல்பாடுகளைத் திருத்தி அமைப்பதால் உருவாவது.

வெறியுணர்வு கொண்ட மனிதன், மற்றவர்களைத் திருத்தி சரிப்படுத்த வேண்டும் என்று பெரும்பாலான வேளைகளில் பேராவல் கொள்கிறான். ஆனல், மெய்யறிவானவன் தன்னைத் திருத்திக் சரிப்படுத்திக் கொள்வதில் கவனம் செலுத்துகிறான். ஒருவன் உலகைத் திருத்த பேராவல் கொண்டிருந்தால், தன்னை திருத்திக் கொள்வதிலிருந்து அவன் அதைத் தொடங்கட்டும். காம இச்சைகளை நீக்கிக் கொள்வது என்பது தன்னைத் திருத்திக் கொள்வதன் முடிவு அல்ல, ஆனால், தன்னைத் திருத்திக் கொள்வதன் ஆரம்பம் மட்டுமே. அது எப்போது முற்றுப் பெறும் என்றால் ஒவ்வொரு வீணான பகட்டு எண்ணமும், ஒவ்வொரு சுயநல எண்ணமும் கடந்து வரப்படும் போது தான். முற்றுப் பெற்றதாக கருதப்படும் நிலையிலும், சில சுய-அடிமைத்தனமோ அல்லது முட்டாள் தனங்களோ கைப்பற்றப்பட வேண்டி இருக்கின்றன. அவை மனமாசின்மை மற்றும் மெய்யறிவின் உச்சநிலையை எட்டுவதற்குத் தடையாக இருக்கின்றன.

சே.அருணாசலம்

வாழ்வு என்னும் வடிவின் அடித்தளமாக இருப்பது வெறியுணர்வு ஆகும். அவ்வடிவின் மகுடமாகவும் சிகரமாகவும் இருப்பது நிம்மதி ஆகும். வெறியுணர்வு என்னும் அடித்தளம் தொடக்கமாக இல்லை என்றால், செயல்பட ஆரம்பிக்க எந்த ஆற்றலும் இருக்காது. சாதிப்பதற்கு எந்த இலக்கும் இருக்காது. வெறியுணர்வு என்பது ஆற்றலைக் குறிக்கிறது, ஆனால், தவறான திசையில் செலுத்தப்பட்ட ஆற்றலைக் குறிக்கிறது. மகிழ்ச்சிக்கு பதிலாக காயப்படுத்தும் ஆற்றலாக அது செயல்படுகிறது. முட்டாள்களின் கையில் அழிவுச்சக்தியாகச் செயல்படும் அதன் ஆற்றல்கள், மெய்யறிவானவர்களின் கையில் காப்பாற்றும் சக்தியாகச் செயல்படும். வெறியுணர்வு கட்டுப்படுத்தப்பட்டு, ஒருமுகப்படுத்தப்பட்டு நன்மைக்காக வழிநடத்தப்படும் போது அவை செயல் ஆற்றலாக முன் நிற்கின்றன. சுவர்கத்தின் வாயிற்கதவை பாதுகாக்கின்ற தீபொறிகளாலான வாளே வெறியுணர்வாகும். அது முட்டாள்கள் உள்நுழைவதை தடுத்து அழிக்கின்றது. மெய்யறிவானவர்களை உள்அனுமதித்து பாதுகாக்கின்றது.

தனது அறியாமை எதுவரை நீள்கிறது என்பதை அறியாதவன், தனது அகம்பாவ எண்ணங்களுக்கு அடிமையாக இருப்பவன், தனது வெறியுணர்வின்

உணர்ச்சிவேகம் முதல் நிம்மதி வரை

உந்துதல்களுக்கு அடிபணிபவன் முட்டாளாக இருக்கிறான். தனது அறியாமை குறித்த தெளிவைப் பெற்றிருப்பவன், தனது வெற்று அகம்பாவ எண்ணங்களின் தன்மையைப் புரிந்துக் கொண்டுள்ளவன், தனது வெறியுணர்வின் உந்துதல்களுக்கு அடிபணியாமல் கட்டுப்படுத்தி ஆள்பவன் மெய்யறிவானவன் ஆவான்.

முட்டாள் அறியாமையின் ஆழத்திற்குள் புதைந்து கீழே செல்கிறான்; மெய்யறிவானவன் அறிவின் உச்சத்தை நோக்கி மேலே செல்கிறான். முட்டாள், ஆசைப்பட்டு துன்பப்பட்டு மடிகிறான். மெய்யறிவானவன், உயர்வெண்ணங்களின் ஊக்கத்தால் மகிழ்ச்சியுற்று வாழ்கிறான்.

மெய்யறிவை அடைய மன உறுதி பூண்டிருக்கும் ஆன்மீக போர்வீரன், தனது மனக்கண்ணோட்டம் உயர்வை நோக்கியாறு இருக்க நிம்மதியின் உயர் சிகரங்களுக்கு அழைத்துச் செல்லும் பாதையை கண்டுணர்ந்து பயணிக்கிறான்.

சே.அருணாசலம்

2. உயர்வு எண்ணுதலுக்கான ஊக்கம்

ஒருவன் தனது அறியாமை நிலை குறித்த புரிதலைத் தெளிவாக உணரும் போது மெய்யறிவிற்கான ஆசை துளிர்விடும். இதயத்தில் இவ்வாறு தான் உயர்வு எண்ணுதலுக்கான ஊக்கம் பிறப்பெடுக்கின்றது. புனிதர்களின் பேரானந்த நிலைக்கு அதுவே காரணம்.

உயர்வு எண்ணுதலுக்கான ஊக்கம் என்னும் சிறகுகளைக் கொண்டு மனிதன் பூமியிலிருந்து சுவர்கத்திற்கு, அறியாமையிலிருந்து அறிவிற்கு, தாழ்வான இருளிலிருந்து உயர்வான வெளிச்சத்திற்கு செல்கிறான். அது இல்லாத நிலையில் அவன் தவழ்ந்து ஊறும் உயிரினமாக, பூமியை இறுகப்பற்றி மெய்யறிவின்றி உயர் எண்ணங்கள் குறித்த உள்ளுணர்வின்றி வாழ்கிறான்.

உணர்ச்சிவேகம் முதல் நிம்மதி வரை

உயர்வு எண்ணுதலுக்கான ஊக்கம் என்பது சுவர்கத்தின் பேரருள் நிலைகளுக்கான தவிப்பாகும் -நன்மை, இரக்கம், தூய்மை, அன்பு போன்றவைகளை அடைவதற்கான தவிப்பாகும். இவ்வுலக வாழ்வோடு தொடர்புடைய - சுயநலத்திற்கான பொருளுடைமைகள், சுய ஆதிக்கம், கீழ்நிலை இச்சைகள், புலனின்ப உந்துதல்களை ஈடேற்றிக் கொள்ளல் போன்றவைகளுக்காக ஏங்கி கிடக்கும் ஆசை என்பதிலிருந்து வேறுப்பட்டது.

சிறகு இழந்த பறவையால் எப்படி உயர பறக்க முடியாதோ அது போல உயர்வு எண்ணுதலுக்கான ஊக்கம் பெறாத மனிதனாலும் தனது சூழலிருந்து மேலெழ முடியாது. தனது கீழ்நிலை இச்சைகளை அடக்கியாள முடியாது. அவன் வெறியுணர்வின் அடிமையாக இருக்கிறான். மற்றவர்களால் இயக்கப்படுகிறான். தொடர் மாற்றங்களுக்கு உள்ளாகிக் கொண்டிருக்கும் நிகழ்வுகளால் அங்கும் இங்கும் அலைகழிக்கப்படுகிறான்.

ஒருவனுள் உயர்வெண்ணுதலுக்கான ஊக்கம் ஊற்றெடுக்கிறது என்றால் அவன் தனது தற்போதைய நிலையின் தாழ்வை குறித்த அதிருப்தியில் இருக்கிறான், அதிலிருந்து மீண்டு ஓர் உயர்நிலையை அடையும் குறிக்கோளைக் கொண்டிருக்கிறான் என்பது அர்த்தமாகும். தனது கீழ்நிலை இச்சைகள் வழங்கும் சோம்பல் நிறைந்த பெருந்தூக்கத்திலிருந்து அவன் விழித்து எழுந்து விட்டான், உயர் சாதனைகளை அடைவதற்கான முழுமையான வாழ்வை அவன் உணரத் தொடங்கிவிட்டான் என்பதற்கான நிச்சய அறிகுறி அது.

உயர்வு எண்ணுதலுக்கான ஊக்கம் நிறைந்த நிலை என்பது அனைத்தையும் சாத்தியாமாக்கும். முன்னேற்றத்திற்கான பாதையை அது திறந்து விடும். கருகொள்ள முடிந்த உயர்குறிக்கோள்கள் உருக்கொள்வதற்கான சாத்தியத்தை அது வழங்குகிறது. காரணம், எதை கருத்துருவாக்கம் செய்ய முடியுமோ அதை சாதிக்கவும் முடியும்.

உள்ளுணர்வோடு எப்போதும் கூடவே உடன்வரும் தேவதையே உயர்வெண்ணுதலுக்கான ஊக்க நிலை ஆகும். அது மகிழ்ச்சி கதவுகளின் தாழ்களைத் திறக்கிறது. உயர பறக்கும் போது எப்போதும் பாடல் இசைந்து வரும். உயர்வெண்ணுதலுக்கான ஊக்க நிலையைத் தாழ விடாத, உள்ளுணர்வை சரிய விடாதவனின் கைகளில் இறுதியாக-, இசை, கவிதை, தீர்க்கதரிசனம் மற்றும் அனைத்து உயர்ந்த புனிதக் கருவிகளும் ஒப்படைக்கப்படுகின்றன.

கீழ்நிலை இச்சைகள் ஒருவனுக்கு இனிமையாக சுவைக்கும் வரை அவனால் உயர்வெண்ணுதலுக்கான ஊக்கத்தைப் பெற முடியாது. அவன் கீழ்நிலை இச்சைகளால் திருப்தியடைந்த நிலையில் இருக்கிறான். ஆனால், அவற்றின் இனிமை கசப்பாக மாறும் போது, அவனுக்கு ஏற்படும் துக்க நிலையில்-, உயர்ந்தவைகளைக் குறித்துச் சிந்திக்கிறான். இவ்வுலக வாழ்வின் மகிழ்ச்சி அவனை திருப்திபடுத்த முடியாத போது, அவன் அவ்வுலக வாழ்வின் மகிழ்ச்சிக்கு முயற்சிக்கிறான். மனமாசு துக்கமாக மாறும் போது தான் மனமாசின்மை தேடப்படுகிறது.

சே.அருணாசலம்

உண்மையில், உயர்வு எண்ணுதலுக்கான ஊக்கம் என்பது ஃபினிக்ஸ் பறவையைப் போன்றது தான். மனம் திருந்துதல் என்னும் இறந்த சாம்பலிலிருந்து அது உயிர்த்து எழுகிறது. ஆனால் அதன் வலிமையான சிறகுகளின் துடிப்பு, ஒருவனை சுவர்கத்தின் சுவர்கத்திற்குள் அழைத்துச் செல்லும்.

உயர்வு எண்ணுதலுக்கான ஊக்கத்தைக் கொண்ட மனிதன் நிம்மதிக்கு இட்டுச்செல்லும் பாதையில் உறுதியாக அடி எடுத்து வைத்து விட்டான். அந்தப் பாதையில் அவன் தேக்க நிலை அடையாமல் அல்லது பாதியில் திரும்பாமல் இருந்தால், அவன் நிச்சயம் இலக்கை அடைவான். அவன் பேரருள் வாழ்வின் நிலைபேறுகளை உள்ளத்தில் புதுப்பித்த வண்ணம் இருந்தால், அந்தப் பேரருள் நிலையை அவன் நிச்சயம் அடைவான்.

மனிதன் தான் கொண்டிருக்கும் உயர்வெண்ணங்களுக்கான ஊக்க நிலையின் அளவுக்கு ஏற்பவே அடைகிறான். எதுவாக வேண்டும் என்னும் தவிப்பே அவன் எதுவாக முடியும் என்பதைச் சுட்டிக்காட்டுகிறது. மனதை ஒரு நிலைப்படுத்துவது என்பது சாதிக்க எண்ணுவதை முன் கூட்டியே நிர்ணயிப்பதாகும். எல்லா கீழான

உணர்ச்சிவேகம் முதல் நிம்மதி வரை

நிலைகளையும் மனிதனால் அனுபவிக்கவும் அறியவும் முடியும் என்பதன் உட்பொருள் அவனால் எல்லா உயர்வான நிலைகளையும் அனுபவிக்கவும் அறியவும் முடியும் என்பது தான். அவன் மனிதனாக இருப்பதால், அவனால் தெய்வீகமாகவும் மாற முடியும். மேற்கொள்ளப்பட வேண்டிய முக்கிய பணி என்பது உயர்வான தெய்வீக திசைகளை நோக்கி மனம் திரும்புவதே.

களங்கம் என்பது என்ன? களங்கமான எண்ணங்களை எண்ணுபவனது எண்ணங்கள் அன்றி வேறு என்ன? தூய்மை என்பது என்ன? தூய்மையான எண்ணங்களை எண்ணுபவனது எண்ணங்கள் அன்றி வேறு என்ன? ஒருவன் இன்னொருவனுக்காக எண்ணவோ சிந்திக்கவோ முடியாது. ஒருவன் தூய்மையானவனாகவோ களங்கமானவனாகவோ இருப்பதற்கு அவன் ஒருவனே காரணமாவான்.

"மற்றவர்களாலோ அல்லது சூழ்நிலையாலோ அல்லது குடும்ப மரபாலோ தான் நான் களங்கமானவனாக இருக்கிறேன்" என்று ஒருவன் எண்ணினால் அவனது தவறுகளிலிருந்து அவன் எப்படி மேலெழ முடியும்? அவனது அத்தகைய

சே.அருணாசலம்

எண்ணம் அவனை நோக்கி வரும் அனைத்து புனிதமான உயர்வு எண்ண ஊக்க நிலைகளுக்கும் தடையை ஏற்படுத்தும். வெறியுணர்வின் அடிமைத்தனத்திற்கு அவனைப் பிணைத்து விடும்.

ஒருவன் தனது தவறுகளுக்கும் மனமாசுகளுக்கும் தானே உரிதானவன் என்று உணரும் போது, அவற்றை உருவாக்கியவனும் வளர்த்து எடுத்தவனும் அவன் தான் என்று பொறுப்பேற்கும் போது அவற்றிலிருந்து மீண்டு எழுவதற்கான உயர்வெண்ணங்களின் ஊக்கம் அவனுள் துளிர்க்கும். அதை அடைய அவன் செல்ல வேண்டிய பாதை அவனுக்குத் திறக்கும். அவன் பயணிக்கும் அந்தப் பயணப்பாதை எங்கு தொடங்கி எங்கு இட்டுச் செல்கிறது என்பதையும் அவன் காண்பான்.

வெறியுணர்வுகளில் ஊறிப் போயுள்ள மனிதன் தன் முன்னே எந்த ஒரு நேர் பாதையையும் காண மாட்டான். அவனது பின்னே இருளும் மூடுபனியுமே படர்ந்திருக்கும். அவன் அந்தக் கண நேர இன்பத்தை மட்டுமே இறுகப் பிடித்துத் தொங்குவான். மெய்யறிவான புரிதலை பெறுவதற்கு முயற்சிக்கவோ சிந்திக்கவோ

மாட்டான். அவன் செல்லும் பாதைகள் குழப்பமாக, கொந்தளிப்பாக, இடையூறுகளாக இருக்கின்றன. அவனது உள்ளம் நிம்மதியைத் தொலைத்து இருக்கின்றது.

உயர்வு எண்ணுதலுக்கான ஊக்கம் பெற்ற மனிதன் பேரருளின் உயர் சிகரங்களுக்கு அழைத்துச் செல்லும் பாதையைத் தன் முன் காண்கிறான். தான் கடந்து வந்த சிக்கலான வளைவு பாதையையும் தனக்கு பின்புறமாகக் காண்கிறான். மெய்யறிவு குறித்த புரிதலை அடைய எண்ணும் உறுதியான மனதோடு அவன் பயணிக்கும் பாதை தெள்ளத்தெளிவாக இருக்கிறது. இறுதி பெருநிம்மதியின் பேருவகையை அவனது உள்ளம் ஏற்கெனவே உணரத் தொடங்கிவிட்டது.

வெறியுணர்வு கொண்டவர்கள் அற்ப விஷயங்களை அடையப் பெருமுயற்சி மேற்கொள்கிறார்கள். விரைவில் அழியக் கூடியவற்றிற்காக, அவை இருந்த இடத்தில் எந்த ஒரு நினைவு கூரும் அளவு தகுதி வாய்ந்த ஒன்றை விட்டுச்செல்லாதவற்றிற்காகப் பாடுப்படுகிறார்கள்.

சே.அருணாசலம்

உயர்வு எண்ணுதலுக்கான ஊக்கம் கொண்டவர்கள் அதே அளவு முயற்சியை கொண்டு சிறந்தவற்றை - நல்லொழுக்கம், அறிவு, மெய்யறிவு- போன்றவற்றை சாதிக்க முற்படுகிறார்கள். இவை அழியாமல் இருப்பதோடு, மனிதக்குலத்தை உயர்நிலைக்கு உயர்த்தும். அதற்கு உள்ளுணர்வை ஊட்டும் தகுதி வாய்ந்த நினைவுசின்னங்களாக நிலைப்பெற்று இருக்கும்.

வணிகம் செய்பவன் முயற்சியைக் கைவிடாமல் தொடர்ந்து பாடுபட்டுக்கொண்டிருப்பதாலேயே பொருளாதார வெற்றியைப் பெறுகிறான். உயர்வு எண்ணுதலுக்கான ஊக்கத்தாலும் சிந்தனைகளாலும் உந்தப்படும் புனிதர்கள் ஆன்மீக வெற்றியைப் பெறுகிறார்கள். தன் மன ஆற்றல்களை செலுத்துகின்ற திசையைப் பொறுத்து ஒருவன் வணிகனாகிறான், மற்றவன் புனிதனாகிறான்.

உயர்வு எண்ணுதலுக்கான ஊக்கம் காரணமாக பேரானந்தம் மனதைத் தொடும் போது அது உடனடியாக மனதைப் பரிசுத்தப்படுத்தி விடுகிறது. களங்கமான கசடுகள் எல்லாம் உதிர்ந்து விழ ஆரம்பித்துவிடுகின்றன. உயர்வு எண்ணுதலுக்கான ஊக்கம் மனதில் நிலைப்பெற்றிருக்கும் போது

களங்கங்கள் உட்புக முடியாது. காரணம், மனமாசின்மையும் மனமாசும் ஒரே நேரத்தில் மனதில் இடம் பெற முடியாது. ஆனால, உயர்வு எண்ணுதலுக்கான ஊக்க நிலையின் இருப்பு தொடக்கத்தில் தோன்றி மறையக் கூடியதாகவும் குறுகிய காலமுமே இருக்கும். மனதின் தவறான பழக்கங்களின் வாசத்தால் அது பின்னுக்குத் தள்ளப்படும். எனவே, தொடர் முயற்சிகளால் மனம் புதுப்பிக்கப்பட்டுக் கொண்டே இருக்க வேண்டும்.

தூய்மையான வாழ்வை விரும்புகிறவன் உயர்வெண்ணுதலுக்கான ஊக்கம் என்பதன் மின்னொளியால் தன் மனதை தினமும் புதுபித்துக் கொள்கிறான். அதிகாலை விழித்தெழுந்து தன் மனதை வலிமையான எண்ணங்களாலும் தளர்வுறாத உயர்சிந்தனைகளாலும் உறுதிப்படுத்திக் கொள்கிறான். மனமானது, ஒரு நொடி கூட எதையும் பற்றாமல் இருக்க முடியாது என்று அதன் இயல்பை அறிந்து வைத்திருக்கிறான். சிறந்த எண்ணங்களாலும் உயர்வு எண்ணுதலுக்கான ஊக்க நிலைகளாலும் மனம் கைபற்றப்பட்டு வழி நடத்தப்படவில்லை என்றால், கீழ்நிலை எண்ணங்களாலும் தாழ்ந்த ஆசைகளாலும் மனம் நிச்சயம் அடிமைபடுத்தப்பட்டு தவறாக வழிநடத்தப்படும் என்பதைக் கவனத்தில் கொள்கிறான்.

சே.அருணாசலம்

ஆசைகளை தினசரி பழக்கங்களாக்கி வளர்த்து எடுப்பது போல, உயர்வு எண்ணுதலுக்கான ஊக்க நிலையையும் நாம் விரும்பும் வண்ணம் ஊட்டி வளர்த்து எடுத்து வலிமையாக்க முடியும். தெய்வீக வழிக்காட்டியாக அதை மனதினுள் வரவழைத்து அதன் வழிக்காட்டுல்களைப் பெறவும் முடியும் அல்லது அதை புறக்கணித்து வெளியேற்றவும் முடியும். ஏதாவதொரு அமைதியான இடத்தை, குறுகிய நேரத்திற்கு ஒவ்வொரு நாளும் தேர்வு செய்யலாம். அது திறந்த வெளியாக இருப்பது நல்லது., மனதின் ஆற்றல்களை எல்லாம் பேரானந்த அலையாக எழுச்சிக் கொள்ளச் செய்யலாம். இது தெய்வீக முக்கியத்துவம் கொண்டவைகளை விதித்து உருவாக்குவதற்கு மனதை பண்படுத்தும், சிறந்த ஆன்மீக வெற்றிகளுக்கு மனதை தயார்படுத்தும். இந்தப் பேரானந்த நிலையே பெருநிம்மதிக்கான முன்னோட்டம், மெய்யறிவிற்கான வரவேற்பு.

மனம் தூய்மையானவற்றை ஆழ்ந்து சிந்திப்பதற்கு முன் களங்கமானவைகளை கைவிட்டு மேலெழ வேண்டும். அதற்கு துணைப்புரியும் கருவியாக விளங்குவது உயர்வு எண்ணுதலுக்கான ஊக்கமே. உயர்வு எண்ணுதலுக்கான ஊக்கத்தின் துணையால்

மனம் பேரருள் தவளும் இடங்களில் சிறகடித்து பறக்கிறது, தெய்வீக அனுபவங்களைப் பெறத் தொடங்குகிறது. தெளிந்த அறிவின் தெய்வீக ஒளியின் பரந்து விரிந்த வெளிச்சத்தில் தன்னை வழிநடத்திக்கொண்டு மெய்யறிவை சிறுகச் சிறுக வளர்த்துக் கொள்கின்றது.

நன்மையை அடைய வேண்டும் என்னும் தாகமும் தூய்மையான வாழ்வை அடைய வேண்டும் என்னும் பசியும் கொண்டு தவிப்பது என்பது உயர்வு எண்ணுதலுக்கான ஊக்கம் என்னும் பேரானந்தத் தேவதையின் சிறகுகளைக் கொண்டு உயரே எழுவதாகும் - இதுவே மெய்யறிவிற்கான சரியான பாதை. நிம்மதியை அடைய மேற்கொள்ள வேண்டிய சரியான முயற்சி. தெய்வீக வழியின் சரியானத் தொடக்கம்.

3. உள் மனத்தூண்டுதல்

உயர்வெண்ணுதலுக்கான ஊக்கம் ஒருவனை பேரருள் நிலைக்கு அழைத்துச் செல்ல முடியும். ஆனால், அங்கே அவன் தன் இருப்பை தக்கவைத்துக் கொள்ள வேண்டும் என்றால் தன் முழு மனதையும் அந்த பேரருள் நிலைக்கு உட்படுத்திக் கொள்ள வேண்டும். மன உந்துதல்களின் தூண்டுதல்கள் இந்த நிலையை அடையும் பொருட்டே செயல்படுகின்றன.

மன உந்துதல்களின் தூண்டுதல் என்பது பின்னுக்கு இழுத்துச் செல்லும் ஒரு எண்ண அலையாகும், அதாவது, தூய்மையிலிருந்து வெறியுணர்வுக்கு. உயர்வெண்ணுதலுக்கான ஊக்கம் என்ற முன்னிலையிலிருந்து பின்னிலையில் இருக்கும் ஆசையை நோக்கி திரும்புவதாகும். ஆசை என்னும் நெருப்பானது உயர்வெண்ணுதலுக்கான ஊக்கநிலையை அச்சுறுத்தியபடியே இருக்கும், தெளிந்த அறிவு மற்றும் பேரமைதியான எண்ணம் என்னும் நீரால் அந்த ஆசை தணிக்கப்படும் வரை.

உயர்வு எண்ணுதலுக்கான ஊக்கம் ஏற்படும் ஆரம்ப கட்டங்களில், மன உந்துதல்களின் தூண்டுதல்கள் மிக நுட்பமாகவும் வீரியமாகவும் இருக்கும் என்பதால், அது எதிரியாகவே கருதப்படும். அது எதிரி என்று சொல்லப்படுவதன் அர்த்தம், தூண்டுதலுக்கு உள்ளானவன் தனக்குத் தானே எதிரியாக இருக்கிறான் என்பது தான். தூண்டுதலுக்கு உள்ளானவனின் பலவீனத்தையும் பரிசுத்தமின்மையையும் சுட்டிக்காட்டுகிறது என்கிற கோணத்தில் பார்த்தால் அதை நண்பன் என்றே கொள்ள வேண்டும். அது ஆன்மீக பயிற்சிக்கான ஓர் இன்றியமையாத கூறு. நன்மையை கடைப்பிடிப்பதற்கும் துன்பத்திலிருந்து மேலெழுவதற்குமான முயற்சியில் துணைப்புரியவே அது உண்மையில் வருகின்றது. தீமை வெற்றிகரமாக கைப்பற்றப்பட வேண்டும் என்றால் அது மேற்பரப்புக்கு வந்து தன்னை வெளிப்படுத்திக் கொள்ளும் நிலை ஏற்பட வேண்டும். மன உந்துதல்களின் தூண்டுதல்களால் தான் உள்ளத்தில் மறைந்திருக்கும் தீமை வெளி வந்து அடையாளப்படுத்தப்பட்டு நிற்கின்றது.

சே.அருணாசலம்

கட்டுப்படுத்தப்படாத ஆசைகளே உள்மன உந்துதல்களின் தூண்டுதல்களால் சுண்டியிழுக்கப்பட்டு மேலெழுகின்றன. இச்சையூட்டும் உணர்வுகளிலிருந்து மீண்டு எழாத வரை உள்மன உந்துதல்களின் அந்தத் தூண்டுதல்கள் ஒருவனை மீண்டும் மீண்டும் அலைக்கழித்து அடி பணிய வைக்கும். மன உந்துதல்களின் தூண்டுதல் என்பது மனதின் கண் உள்ள மாசுக்கு விடப்படும் அறைகூவல் தான். மனமாசு அகற்றப்பட்ட உள்ளம் உந்துதல்களின் தூண்டுதல் பிடிக்கு உட்படாது.

உயர்வு எண்ணுதலுக்கான ஊக்கத்தைப் பெற்றவன் தெய்வீக உணர்வுநிலை உலாவுகின்ற பகுதியை அடையும் வரைக்கும் மன உந்துதல்களின் தூண்டுதல்கள் அவனை விடாது துரத்தியபடி, அவனுக்கான பாதையை அமைத்து கொடுத்தபடியே இருக்கும். அந்தப் பகுதிக்குள் அவன் அடியெடுத்து வைத்தவுடன் உந்துதல்களின் தூண்டுதல்களால் அவனைப் பின்தொடர முடியாது. உயர்வு எண்ணுதலுக்கான ஊக்கம் ஒருவனுக்குள் துளிர் விடத் தொடங்கும் போது தான் ஒருவன் மன உந்துதல்களின் தூண்டுதல்களுக்கு உள்ளாகிறான். உயர்வு எண்ணுதலுக்கான ஊக்கம் என்பது ஒருவனது உள்ளத்திற்குள் உறைந்து கிடக்கும் அனைத்து நன்மை, தீமைகளையும் எழுப்பி பற்ற

வைத்து விடுகின்றது, ஒருவனது உண்மை சுயரூபம் என்னவென்று அவனுக்கு முழுமையாக வெளிப்படும் பொருட்டு இது நிகழ்கிறது. காரணம், ஒருவன் தன்னை முழுமையாக அறியும் வரை அவனால் தன்னை வெல்ல முடியாது.

மிருக இச்சைகளில் ஊறித் திளைத்திருப்பவனைப் பார்த்து அவன் மனதின் தூண்டுதல்களுக்கு உள்ளாகிறான் என்னும் சொல் கூற்று மிக அரிதானதாகவே இருக்கும். காரணம், தூண்டுதல்களின் இருப்பு எதைக் குறிக்கிறது என்றால், அங்கே மனமாசுகளை அகற்றி தூய்மை நிலையை அடைவதற்கான முயற்சி நடைப்பெறுகிறது என்பதைத் தான். உயர்வெண்ணுதலுக்கான ஊக்கம் ஏற்படாத ஒருவனுக்கு மிருக இச்சைகளும் அவற்றை ஈடேற்றிக்கொள்ளலுமே இயல்பு நிலையாகும். தனது இச்சைகளை துய்த்து அனுபவித்துக் கொள்வதை விட வேறு எதற்கும் அவன் ஆசைபடுவது இல்லை. அந்த அளவில் அவன் திருப்தி அடைந்து இருக்கிறான். அத்தகையவன் உந்துதல்களின் தூண்டுதல்களால் கீழே விழுந்தான் என்று சொல்ல முடியாது. காரணம், அவன் இன்னும் எழவே இல்லை.

சே.அருணாசலம்

உயர்வு எண்ணுதலுக்கான ஊக்க நிலையின் இருப்பு எதை உணர்த்துகிறது என்றால், அந்த மனிதன் குறைந்தபட்சம் ஒரு அடியையாவது முன்னோக்கி எடுத்து வைத்திருக்கிறான் என்பதை. அதனால் அவன் பின்னுக்கு இழுக்கப்படுவதற்கான சாத்தியமும் உண்டு. இந்தப் பின்னுக்கு இழுக்கும் உணர்வலைகளே மன உந்துதல்களின் தூண்டுதல் என அழைக்கப்படுகிறது. தூண்டுதல்களால் மயங்குவதற்கு காரணமாக இருப்பது களங்கமான எண்ணங்களும் மனதின் இழுக்கான ஆசைகளுமே. உள்ளம் இச்சைகளின் கட்டுப்பாட்டில் இல்லாத போது தூண்டுதல்கள் முன்னிறுத்தும் புறப்பொருள் எந்த ஈர்ப்பாற்றலுமின்றி இருக்கும். தூண்டுதல்கள் மிக வன்மையாகச் செயல்படும் தளம் ஒருவனது உள்ளத்திற்குள் தான் இருக்கிறது. புறப்பொருட்களிலோ அல்லது வெளியேயோ அல்ல. இதை ஒருவன் உணரும் காலம் வரை, மன உந்துதல்களின் தூண்டுதல்கள் நீட்டித்துக் கொண்டே இருக்கும்.

புறப்பொருட்கள் தான் தூண்டுதலுக்கு காரணம் என்ற மாயையில் ஒருவன் சிக்கி அந்தப் புறப்பொருட்களிலிருந்து விலகி அவன் தொடர்ந்து ஓடிக்கொண்டிருக்கிறான் என்றால்- அவன் தன் களங்கமான கற்பனைகளை விலக்காமல், ஒழிக்காமல் இருக்கிறான் என்றால் அவன்

உணர்ச்சிவேகம் முதல் நிம்மதி வரை

மென்மேலும் தூண்டுதலுக்கு உள்ளாகிக் கொண்டு இருப்பான். அவனது சரிவுகளும் பல முறை நிகழும். அவை கடுமையானதாகவும் இருக்கும். தீமையானது உள்ளத்தில் தான் உறைகிறது, புறப்பொருட்களில் அல்ல என்று ஒருவன் தெளிவாக உணரும் போது, அவன் முன்னேற்றப்பாதையில் விரைவாகச் செல்வான். அவன் தூண்டுதலுக்கு உள்ளாவதும் குறையும். அவனது ஆன்மீக பார்வையின் வீச்சுக்கு உட்பட்ட அனைத்துத் தூண்டுதல்களிலிருந்தும் அவன் விடுபடுவான்.

உந்துதல்களின் தூண்டுதல் என்பது வேதனையூட்டும் நிலையாகும். அது ஒரு தற்காலிக நிலையாகும். அது ஓர் நிலைப்பெற்ற சூழல் அல்ல, ஆனால், கீழ்நிலையிலிருந்து மேல்நிலைக்கு செல்வதற்கான இடைப்பட்ட வழியில் நிலவுகின்ற கடந்து செல்லப்பட வேண்டிய சூழலாக அது உள்ளது. வாழ்வின் முழுமையும் நிறைவும் என்பது இடையறுந்திடாத பேருவகையே, வேதனை அல்ல. பலவீனத்தையும் தோல்வியையும் துணையாக அழைத்து கொண்டு தூண்டுதல்கள் வரும். ஆனால் மனிதனின் விதி என்பது வலிமையோடு அவற்றை வென்று வெற்றிப் பெறுவது தான். தூண்டுதலின் பிடியிலிருந்து ஒருவன் மேலேழ வேண்டும், தூண்டுதல் வென்று முடிக்க வேண்டிய ஒன்று

என்பதை உணர்த்துவதற்காகவே தூண்டுதலின் இயல்பு எது என்பதை சுட்டிக்காட்டும் ஒரு அறிகுறியாக வேதனையும் உடன்வருகிறது. உயர்வெண்ணுதலுக்கான ஊக்கத்தை தொடர் முயற்சியாலும் புதுப்பிப்பாலும் உயிர்ப்போடு வைத்துக்கொண்டிருப்பவன், தூண்டுதல்களின் பிடியிலிருந்து விடுபடுவது முடியாத காரியம் என்ற எண்ணத்திற்கு இடம் தர மாட்டான். தன்னை தான் வென்று ஆள வேண்டும் என்று அவன் உறுதியேற்று இருக்கிறான். தீமைக்கு அடிபணிவது என்பது தோல்வியை ஒப்புக்கொள்வது ஆகும். தன்னை வெல்வதற்கான போர் கைவிடப்பட்டதை அது அறிவிக்கின்றது. நன்மை மறுக்கப்பட்டுள்ளதை, தீமை தலைவனாக ஏற்றுக்கொள்ளப்பட்டுள்ளதை அது கோடிட்டுக் காட்டுகிறது.

தொழிலில் ஈடுப்பட்டுள்ள ஒருவன் இடையில் வரும் பிரச்சினைகளால் துவண்டு போகாமல் அவற்றிலிருந்து எப்படி மீள்வது என்று ஆராய்கிறான். அது போலவே இடையறாத உயர்வெண்ணுதலுக்கான ஊக்கம் பெற்றவன் தூண்டுதல்களின் நெருக்கடிக்கு அடிப்பணிவது இல்லை; ஆனால் தன் மனதை எப்படி உறுதிப்படுத்திக் கொள்வது என்று ஆழ்ந்து தியானிக்கிறான். உந்துதல்களின் தூண்டுதல்கள்

ஒரு கோழையைப் போலச் செயல்படும். பலவீனமான, காவல்காக்கப்படாத உள்ளத்தின் நுழைவாயில்களை அது குறிவைத்து பதுங்கியவாறு உட்புக முயற்சிக்கும்.

தூண்டுதலுக்கு உள்ளாகுபவன், தூண்டுதலின் இயல்பையும் தூண்டுதலுக்கான அர்த்தத்தையும் கவனமாக ஆராய வேண்டும். அது என்ன என்று அறியப்படாத வரை அதிலிருந்து விடுபட முடியாது. ஒரு திறமையான தளபதி, எதிரி படையைத் தாக்குவதற்கு முன்பு, எதிரி கையாளக்கூடிய போர் தந்திரங்களை ஆராய்வான். அது போலவே தூண்டுதல்களின் இறுகிய பிடியிலிருந்து மீண்டு வர வேண்டும் என நினைப்பவன், தூண்டுதல்கள் தனது சொந்த இருளான எண்ணங்களிலிருந்தும் பிழைகளிலிருந்தும் எவ்வாறு எழுகிறது என புரிந்துக் கொள்ள வேண்டும். இருளை எப்படி விலக்குவது, பிழைகளை எப்படி சரி செய்து மெய்மையை புகுத்துவது என தனக்குள் ஆழ்ந்து சிந்திக்கவும் தியானிக்கவும் வேண்டும்.

ஒருவனது வெறியுணர்வுகள் வன்மையானதாக இருக்கும் போது, அவனுக்கு ஏற்படும் தூண்டுதல்களும் மூர்க்கமாக இருக்கும்; அவனது

சுயநலம் ஆழமானதாக இருக்கும் போது, அவனுக்கு ஏற்படும் தூண்டுதல்கள் மிக நுட்பமானதாக இருக்கும்; அவன் தற்பெருமை கொள்பவனாக இருந்தால், அவனுக்கு ஏற்படும் தூண்டுதல்கள் பொய்புகழ்ச்சியுரைகளாகவும் அவனை ஏமாற்றும் விதமாகவும் இருக்கும்.

ஒருவன் மெய்மையை உணர்ந்து கொள்ள வேண்டும் என்றால் அவன் தன்னை உணர வேண்டும். அவனது தவறுகள் அடையாளம் காணப்பட்டு வெளிப்படும்போது அந்நிகழ்வுகளை காண்பதற்கு அச்சம் கொண்டு அவற்றிலிருந்து அவன் பின்வாங்க கூடாது. மாறாக, அவ்வாறு வெளிப்படுகின்ற நிகழ்வுகளை அவன் வரவேற்க வேண்டும். தன்னை தான் அறிதற்கு உதவும் கருவியே அவ்வெளிப்பாடுகள். தன்னை தான் ஆள்வதற்கு அது துணை புரியும்.

தனது தவறுகளும் குறைபாடுகளும் வெளிப்படுவதை தாங்கிக் கொள்ள முடியாதவன், அதை ஒளித்து வைக்க முயற்சிப்பவன், உண்மையின் பெருவழியில் நடக்கத் தகுதியற்றவன் ஆகிறான். தூண்டுதல்கள் அவன் மீது தொடுக்கின்ற போரை சந்திப்பதற்கும் அதிலிருந்து மீள்வதற்குமான படைக்கலம் அவனிடத்தில் இல்லை. தனது கீழ்நிலை இயல்புகளை அச்சமின்றி

உணர்ச்சிவேகம் முதல் நிம்மதி வரை

எதிர்கொள்ள முடியாத ஒருவனால் பற்று அறுத்தல் நிலையின் உயர் சிகரங்களைத் தொட முடியாது.

தூண்டுதலுக்கு உள்ளாகுபவன் உணர்ந்து கொள்ளட்டும்: தூண்டுபவனும் அவனே தான், தூண்டப்படுபவனும் அவனே தான் என்பதை; அவனது அனைத்து எதிரிகளும் அவனுள் தான் இருக்கிறார்கள். அவனை ஏமாற்றி வசப்படுத்தும் பொய்யான புகழ்ச்சியுரைகள், அவனை முதுகில் குத்தும் பிடிவாதங்கள், சுட்டெரிக்கும் கோப கனல்கள் என அனைத்துமே அவனது உள்ளத்தின் அறியாமை பிரதேசங்கள் மற்றும் பிழைகளிலிருந்து -அவன் இது வரை வாழ்ந்து வந்த வாழ்விலிருந்தே- முளைத்து எழுகின்றன என்று அவன் அறியட்டும். அவனது தீமை தன்னுள் தான் இருக்கிறது என்று அவன் தெளிவாக உணர்வதன் மூலம் தீமையின் மீதான முழு வெற்றி சாத்தியமானது என்று அவன் உறுதியாக நம்பிக்கை கொள்ளட்டும். மிகத் தீவிரமான தூண்டுதலுக்கு ஒருவன் உள்ளாக்கப்படும் போது தனக்கு நேரும் சோதனை குறித்து அவன் வருந்த வேண்டாம், மாறாக, மகிழ்ச்சி கொள்ளட்டும். காரணம் அவனது வலிமை சோதிக்கப்பட்டு பலவீனம் வெளிப்படுத்தப்படுகிறது. எவன் தன் பலவீனத்தை அறிந்து அதை பணிவுடன் ஏற்றுக்கொள்கிறானோ அவன் தன் வலிமையை வளர்த்துக் கொள்வதில் மெத்தனமாக இருக்க மாட்டான்.

சே.அருணாசலம்

முட்டாள் மனிதர்கள் தங்களது குறைபாடுகளுக்கும் தவறுகளுக்கும் மற்றவர்கள் மீது பழியைப் போடுகிறார்கள். ஆனால் உண்மையை விரும்புபவன் தன் ஒருவனை மட்டுமே குற்றம் சாட்டிக் கொள்ளட்டும். அவன் நிலை தடுமாறும் போது-, ஏதாவது ஒரு காரணம் அல்லது சூழல் அல்லது மனிதர் என்று யாரையும் குற்றம் சாட்டாது இருக்கட்டும். காரணம், மற்றவர்களால் அதிகபட்சம் செய்ய முடிவது எல்லாம் நம்மிடம் ஏற்கெனவே உள்ள நன்மை அல்லது தீமை வெளிப்படுவதற்கு ஒரு கருவியாகவோ அல்லது அது வெளிப்படுவதற்கான சூழலையோ அல்லது வாய்ப்பையோ ஏற்படுத்தித் தருவது தான். அவர்களால், நம்மை நல்லவர்களாகவோ அல்லது கெட்டவர்களாகவோ ஆக்க முடியாது.

தூண்டுதல் எனபது முதலில் மிக புண்படுத்தக்கூடியதாகவும் வலி தரும் விதமாகவும் தாங்கிக் கொள்ள கடினமானதாகவும் இருக்கும். அதன் தாக்குதல் நுட்பமாகவும் தொடர்ச்சியானதாகவும் இருக்கும். ஆனால் தூண்டுதலுக்கு உள்ளாகுபவன் உறுதியானவனாகவும் துணிச்சலாக எதிர்கொள்பவனாகவும் அதன் இழுப்பிற்கு இடம்

கொடுக்காதவனாகவும் இருந்தால், அவன் தனது ஆன்மீக எதிரியை படி படியாக பணிய வைப்பான். இறுதியில் நன்மை குறித்த அறிவைப் பெறுவான்.

துன்பம் எனப்படும் ஒன்று, ஒருவனது சொந்த இச்சைகளாலும், சுயநலத்தாலும் ஆணவத்தாலும் உருவானதே. அவற்றை நீக்கிவிட்டால் துன்பம் தொலைந்திருக்கும். முழுமையான வெற்றியின் வாகை சூடியப்படி நன்மை வெளிப்படும்.

4. மனம் திருந்துதல்

வெறியுணர்வு என்னும் நரகத்திற்கும் நிம்மதி என்னும் சுவர்கத்திற்கும் இடைப்பட்ட பாவசுத்திகரிப்பு நிலையே மனம்திருந்துதல் ஆகும். கல்லறைக்கு அப்பாற்பட்ட ஊகத்துக்கு உட்பட்ட சுத்திகரிப்பு நிலை அல்ல, ஆனால் மனித இதயத்தில் செயல்படும் உண்மையான சுத்திகரிப்பு நிலை. கனன்று எரியும் அதன் சுத்திகரிப்பு நெருப்பில் பொய்யாக விளங்கும் அனைத்து கசடான உலோகங்களும் அகற்றப்பட்டு உண்மையாக விளங்கும் செம்பொன் மட்டுமே எஞ்சியிருக்கும்.

மன உந்துதல்களின் தூண்டுதல் எனப்படுவது துக்கத்திலும் ஆழமான குழப்பத்திலும் கொண்டு போய் விடும் போது தான், தூண்டப்பட்டவன் அதிலிருந்து மீள வேண்டும் என்று பெரு முயற்சி மேற்கொள்வான். அவனை அடிமையாக ஆட்டிப்படைப்பவை யாவும் அவனுள் உறையும் தீங்குகள் தான் என்று அவன் கண்டறிகிறான். எனவே, அவன் புறச்சூழலோடு சண்டையிடுவதற்கு

உணர்ச்சிவேகம் முதல் நிம்மதி வரை

பதிலாக தன் அகச்சூழலை அவன் சீர்படுத்திக்கொள்ள வேண்டும். ஆரம்பக்கட்டத்தில் புறச்சூழலுக்கு எதிரான போராட்டம் என்பது தவிர்க்க முடியாத ஒன்று தான். அந்த முதல் கட்டத்தில் புறச்சூழலுக்கு எதிரான போராட்டத்தைத் தொடர்வதைத் தவிர வேறு எந்த ஒரு வழியும் இல்லை. காரணம், மனதில் நிலவிக்கொண்டிருக்கும் அறியாமையே. ஆனால், அந்தப் புறச்சூழலுக்கு எதிரான போராட்டம் மட்டுமே ஒரு போதும் விடுதலையையும் மீட்பையும் பெற்றுத் தராது. அது செய்வது என்ன என்றால் உள் மன தூண்டுதலை ஏற்படுத்தும் மூலகாரணங்களைப் பற்றிய புரிதலை அது வழங்க கூடியதாக இருக்கும். உள்ளத்தில் நிலவும் காரணங்களின் விளைவாகவே மனம் தூண்டப்படுகிறது என்று அறியும் போது எண்ணங்கள் திருந்தி உருமாற்றம் அடையும். எண்ணங்கள் திருந்தும் போது அடிமைத்தளைகளாக உள்ள பிழைகளை அறுத்து எறிந்து மீள்வதற்கான வழி பிறக்கின்றது.

புறச்சூழல் உடன் நிகழும் போராட்டங்களாவன ஆன்மீக வளர்ச்சிக்கான ஆரம்பக்கட்டங்களில் ஓர் இன்றியமையாத படிநிலையாக இருப்பவை ஆகும். ஓர் இளம் குழந்தை கை, கால்களை உதைத்து அழுவது எப்படி அதன் வளர்ச்சிக்கு உதவுமோ

அது போன்றது தான் இதுவும். ஆனால் அந்தக் குழந்தை மழலை பருவத்தை கடந்த பின் அவ்வாறு உதைத்து அழுவது தேவையற்ற ஒன்று. எனவே மனநிலை உருமாற்றம் பெறும் போது, மனம் திருந்தும் போது-, தூண்டுதலினால் கீழ் விழுவதும், பின் பாடுபட்டு மீளெழுவதுமான போராட்டங்கள் முடிவுக்கு வரும்.

தூண்டுதல் உண்டாவதற்கான மூலக்காரணம் பற்றியும் அது எங்கிருந்து ஊற்று எடுக்கிறது என்பது குறித்தும் ஆழ்ந்த தெளிவான மெய்ஞானத்தை பெற்றிருக்கும் மெய்யறிவு உடையவன் இச்சையூட்டும் புறப்பொருட்களோடு போரிடுவதில்லை. அதற்கு பதிலாக அவற்றின் மீது தனக்கு உள்ள ஆசையை கைவிடுகிறான். இதன் பின்பு அந்தப் புறப்பொருட்களால் அவனுள் இச்சையை தூண்ட முடிவது இல்லை. தூண்டுதலின் ஆற்றல், அதன் ஊற்றுக்கண்ணிலேயே அழிக்கப்படுகிறது. இந்தப் புனிதமற்ற ஆசைகளை கைவிடுவதென்பது ஓர் இறுதி செயல்பாடு அல்ல. ஆனால், மறு உருவாக்கத்திற்கான, மனம் திருந்துதலுக்கான ஆற்றலின் தொடக்க நிலையாகும். அவ்வாற்றல்களை ஒருவன் பொறுமையுடன் கையாளும் போது, கருமேகங்களால் சூழப்படாத ஆன்மீக பேரொளி வீசும் உயர்வெளிக்கு அது அவனை அழைத்துச் செல்லும்.

உணர்ச்சிவேகம் முதல் நிம்மதி வரை

மனிதர்கள் மற்றும் பொருட்கள் மீதான கண்ணோட்டம், அவற்றுடனான செயல்பாடுகள் மற்றும் பரிமாற்றங்களில் சுயநலத்தை மட்டுமே நோக்குகின்ற அற்ப மனப்பான்மையிலிருந்து விடுப்படுட்டு, யாவற்றுக்குமான பொது நல எண்ணத்தைக் கடைப்பிடிப்பதே ஆன்மீக உள்ளத்திற்கான மனம் திருந்துதல் ஆகும். இந்த மனப்பான்மை, புதிய வகையான அனுபவங்களை கொண்டு வரும். இவ்வாறு இதில், சில குறிப்பிட்ட கிளர்ச்சியூட்டும் இன்பங்கள் மீதான ஆசை முளையிலேயே கிள்ளி எறியப்படுகிறது. அது உணர்வுகளாக இனி இடம் பெறுவது இல்லை. ஆனால், இதுவரையில், அவ்வாறு உணர்வுகளாக இடம் பெற்றுக்கொண்டிருந்த அந்த ஆற்றல் அழிக்கப்படவில்லை. அவ்வாற்றல் உயர்வெண்ணங்கள் மேலெழும் பகுதிக்கு மாற்றப்படுகிறது. தூய்மையான ஒரு ஆற்றலாக அது உருமாற்றப்படுகிறது. ஆற்றல் சேகரிப்புக்கான விதி என்பது உருவமான பொருட்களுக்கு மட்டுமல்ல, அருவமான எண்ணங்களுக்கும் பொருந்தும். கீழ் நோக்கி பாயும் ஆற்றல் தடுக்கப்படும் போது அது மேல்நோக்கி பாய்ந்து வெளியேறும். கீழ்நிலை ஆற்றல் தடுக்கப்படும் போது அது உயர்நிலை ஆற்றலாக ஆன்மீக செயல்பாடுகளில் வெளிப்படுகிறது.

தெய்வீக வாழ்வுக்கு இட்டுச் செல்லும் புனிதப்பாதையின் இடைப்பட்ட வழியில் இருப்பது தான் (மனநிலை உருமாற்றம்)மனம் திருந்துதல் என்னும் பகுதி. அங்கே பற்றறுப்பு, பற்று துறப்பு என்னும் சமவெளியில் தியாகம் என்ற நாடு அமைந்துள்ளது. அங்கே பழைய வெறியுணர்வுகள், பழைய இலட்சியங்கள் மற்றும் பழைய எண்ணங்கள் கைவிடப்பட்டு தூக்கி எறியப்படுகின்றன, ஆனால், இவ்வாறு தூக்கி எறியப்படுவது மிக அழகான, நிரந்தரமான, என்றென்றும் நிறைவை வழங்கும் வடிவில் பிற்பாடு தோன்றுவதற்காகவே.

நீண்டக்காலம் போற்றி பாதுகாக்கப்பட்ட நகைகள் பிரிய மனமின்றி கண்ணீர் மல்க உருக்கும் தீச்சட்டியில் போடப்படுவது, வேறு ஒரு சிறப்பான பொன் அணிகலனாக உ ருமாற்றப்படுவதற்கா கவே. அதே போல, ஆன்மீக இரசவாதக்கலையில் தேர்ச்சிப் பெற்றவன், நீண்ட நாட்களாக பழகிய எண்ணங்கள் மற்றும் பழக்கங்கள் ஆகியவற்றை கைவிட முதலில் அவன் தயக்கம் காட்டியிருந்தாலும் இறுதியாக அதை கைவிட்ட சிறிது காலத்திற்கு பின் அவை புதிய இயல்புகளாக, அரிய ஆற்றல்களாக, பரிசுத்தமான

பேருவகையாக தன்னிடமே மீண்டு வந்து சேர்ந்திருப்பதை எண்ணி மகிழ்கிறான். மெருகேற்றப்பட்டு பேரழகோடு ஒளிரும் புதிய ஆன்மீக அணிகலன்களாக அவனிடமே அவை வந்து சேர்ந்திருக்கின்றன.

தன் மனதை தீமையிலிருந்து நன்மைக்குத் திருத்தும் செயலில் ஈடுபடும் போது, ஒருவன் பொய்மை மற்றும் மெய்மையை மேலும் மேலும் வேறுப்படுத்தி அறிகிறான். அவ்வாறு வேறுப்படுத்தி அறிய முடிவதால் புறச்சூழல்களாலும், மற்றவர்களது செயல்பாடுகளாலும் அலைக்கழிக்கப்படாமல் தூண்டப்படாமல் இருக்கிறான். பேருண்மையோடு தனக்குள்ள புரிதலின் அடிப்படையில் செயல்படுகிறான். தன் தவறுகளை அவன் முதலில் ஒப்புக் கொள்கிறான். பின் தேடுதலான மனதோடும், தாழ்மையுணர்வுடனான உள்ளத்தோடும் அவற்றை எதிர் கொள்கிறான். அவற்றை கட்டுப்படுத்துகிறான், வெல்கிறான், பின் உருமாற்றுகிறான்.

மனம் திருந்துதலின் தொடக்க நிலை கட்டங்கள் மிக வலி நிறைந்தவை ஆகும். ஆனால், அது கொஞ்ச காலம் தான். வெகு விரைவில் அந்த வலியின் அழுத்தம் சுருங்கி தூய்மையான பெரு மகிழ்வாக மாற்றப்படுகிறது. காரணம், இந்தச் செயல்பாடு அறிவாற்றலால் மேற்கொள்ளப்படுகிறது.

சே.அருணாசலம்

தனது துன்பத்திற்கு காரணம் அடுத்தவர்களது மனப்பான்மையே என்று ஒருவன் நினைத்துக் கொண்டிருக்கும் வரை, அந்தத் துன்பக் கட்டத்தைத் தாண்டி அவன் செல்ல மாட்டான். ஆனால், அந்த துன்ப நிலைக்கான காரணத்தை அவன் தன்னுள் உணரும் போது அவன் அதைக் கடந்து மகிழ்ச்சி நிலையை அடைகிறான்.

தன் மீதான மற்றவர்களது தவறான மனப்பான்மை என்று தான் கருதி கொண்டு இருப்பவற்றால், மெய்யறிவில்லாதவன் குழப்பமடையவும், காயப்படவும் வீழ்த்தப்படவும் தன்னை அனுமதித்துக் கொள்கிறான். அதே தவறான மனப்பான்மை அவனுள்ளும் இருப்பதே இதற்கான காரணம். அவன், உண்மையில் மற்றவர்களுடன் செயல்படும் போது இதே மனப்பான்மையோடு தான் செயல்படுகிறான். அவன் மற்றவர்களுக்கு செய்வதை, தான் செய்வதே சரி என கருதும் அதே வேளை, மற்றவர்கள் அதையே அவனுக்கு திரும்பச் செய்தால் தவறு என கருதுகிறான். புறஞ்சொல்லுக்கு பதிலாக புறஞ்சொல் வழங்கப்படுகிறது. காழ்ப்புணர்வுக்கு பதிலாக காழ்ப்புணர்வு வழங்கப்படுகிறது. கோபத்திற்கு பதிலாக கோபம் வழங்கப்படுகிறது. இது தான்

உணர்ச்சிவேகம் முதல் நிம்மதி வரை

தீமையின் வினையும் எதிர்வினையும். சுயநலத்திற்கு எதிரான சுயநலத்தின் போர். ஒருவனிடம் உள்ள அகம்பாவமோ அல்லது சுயநல கூறுகளோ தான் மற்றவரிடம் உள்ள தீமையினால் மேலெழுப்பப்படும். ஒருவனிடம் உள்ள மெய்மையை, அல்லது தெய்வீக உணர்வுகளை அந்தத் தீமையினால் அணுகவோ நெருங்கவோ கூட முடியாது என்னும் போது எப்படி அத்தீமையினால் அதை கலக்கமடையச் செய்யவோ அல்லது வீழ்த்தவோ கவிழ்க்கவோ முடியும்.

ஒருவனிடம் உள்ள சுயநல கூறுகளோ அல்லது தான் என்ற அகம்பாவமோ மெய்மையில் முழுமையாக கரைவதே மனம் திருந்துதல் ஆகும். மெய்யறிவு பெற்ற மனிதன், மற்றவரிடம் உள்ள தீமைக்குத் தன்னை காயப்படுத்தும், அடிபணிய வைக்கும் ஆற்றல் இருக்கிறது என்ற மாயையிலிருந்து விடுப்பட்டுவிட்டான். தன்னிடத்தில் உள்ள தீமையினால் மட்டுமே அவன் வீழ்த்தப்படுகிறான் என்ற ஆழமான பேருண்மையை அவன் உணர்ந்து பதியவைத்துக் கொண்டுள்ளான். எனவே, அவனது பாவங்களுக்கும், தவறுகளுக்கும் துன்பங்களுக்கும் மற்றவர்களை அவன் பழி சுமத்துவது இல்லை. தனது இதயம் பரிசுத்தமாக இருக்க வேண்டும் என மனத்தகத்தின் மாசுகளை

அறுக்கிறான். இந்த மனம் திருந்துதலால் அவன் தாழ்வான சுயநல ஆற்றல்களை உயர்வான அறநெறி தன்மைகளாக மாற்றிக் கொள்கிறான். தவறுகள் என்னும் கீழ்நிலை உலோக தாதுப்பொருட்கள் தியாகம் என்னும் நெருப்பில் சுடுப்படும் போது பேருண்மை என்னும் செம்பொன் வெளிபடுகின்றது.

புறச்சூழல்களால் அத்தகைய மனிதன் நெருக்குதலுக்கு உள்ளாகும் போது அவன் அசைந்து கொடுக்காமல் உறுதியாக இருப்பான். அவன் தன் சுயத்தின் தலைவனாக இருக்கிறான். அதன் அடிமையாக இல்லை. வெறியுணர்வின் தூண்டுதல்களோடு அவன் தன்னை அடையாளப்படுத்திக் கொள்வதை விடுத்து பேருண்மையோடு அடையாளப்படுத்திக் கொள்கிறான். அவன் தீமையை கடந்து நன்மையோடு இரண்டறக் கலந்து விட்டான். பொய்மை எது, உண்மை எது என இரண்டையும் அறிந்திருக்கிறான். அவன் பொய்மையை கைவிட்டு உண்மையோடு இசைந்து செயல்படுகிறான். தீமைக்கு பதிலாக நன்மையைத் தருகிறான். புறச்சூழல்களிலிருந்து தீமை அவனை அதிகம் தாக்கினால் அவன் உள்ளிருக்கும் நன்மை இன்னும் அதிகம் வெளிப்படுவதற்கான வாய்ப்பை அமைத்துக் கொள்கிறான்.

முட்டாளை மெய்யறிவு மிக்கவனிடமிருந்து சிறந்த முறையில் வேறுப்படுத்திக்காட்டக் கூடியது எது என்றால், அது இது தான்;- முட்டாள் வெறியுணர்வை வெறியுணர்வால் எதிர் கொள்கிறான். காழ்ப்புணர்வை காழ்ப்புணர்வால் எதிர்கொள்கிறான். தீமைக்கு பதிலாகத் தீமையையே தருகிறான். ஆனால், மெய்யறிவு மிக்கவன் வெறியுணர்வை நிம்மதியால் எதிர்கொள்கிறான். காழ்புணர்வை அன்பால் எதிர்கொள்கிறான். தீமைக்கு பதிலாக நன்மையைத் தருகிறான்.

மனிதர்கள் தங்களது சொந்த மனமாசுகளின் தன்மைகளால் தங்களுக்குத் தாங்களே தீங்கிழைத்துக் கொள்கின்றனர். எந்த அளவிற்கு மனத்துக் கண் மாசிலன் ஆகிறார்களோ அந்த அளவிற்கு அவர்கள் உயர்வான நிம்மதி நிலையை அடைகின்றனர். மனிதர்கள் இருளான வெறியுணர்வுகளில் ஈடுபட வீணாகச் செலுத்திக் கொண்டிருக்கும் மன ஆற்றலின் அதே அளவை சரியான திசையில் செலுத்துவது ஒன்றே போதுமானது, அவர்களை மெய்யறிவின் உச்சத்திற்கு அழைத்துச் செல்வதற்கு.

தண்ணீர் நீராவியாக மாறும் போது, குறிப்பிட்ட ஒரு செயற்பாட்டை மேற்கொள்வதற்கான பரந்த அளவிலான ஓர் ஆற்றலை அது பெறுகிறது. அதே போல வெறியுணர்வு திருந்தி அறிவாகவும் அறநெறியுணர்வாகவும் மாறும் போது புதிய ஒரு வாழ்வு பிறப்பெடுக்கின்றது. உயர்ந்த மற்றும் தோல்வியுறாத குறிக்கோள்களை அடைவதற்கான ஒரு புதிய ஆற்றல் உருவாகின்றது.

மன ஆற்றல்கள், அனு திரள்களின் ஆற்றல்களைப் போல அவற்றுக்கே உரிய எதிர்துருவத்தை அல்லது எதிர் செயல்பாட்டு முறையை கொண்டு இருக்கின்றன. எதிர்துருவம் காணப்படுகிறது என்றால், நேர்துருவமும் உண்டென்று பொருள். அறியாமை இருக்குமிடத்தில், அறிவிற்கான சாத்தியம் நிச்சயம் இருக்கும். எங்கே வெறியுணர்வு மிகைத்து இருக்கின்றதோ, அங்கே பெருநிம்மதியும் காத்திருக்கின்றது. எங்கே துன்பம் அதிகம் இருக்கின்றதோ, அருகிலேயே பேருவகையும் இருக்கும். துக்கம் என்பது மகிழ்ச்சியை தடுக்கும் இடைச்சுவர் தான். தூய்மையின் எதிர்நிலை தான் பாவம். நன்மையை இடைமறிப்பது தான் தீமை. எங்கே எதிரான ஒன்று இருக்கிறதோ அங்கே எதிர்க்கப்படும் இன்னொன்றும் இருக்கும்.

தீமையானது, நன்மையை மறுக்கும் அதன் இயல்பினால் தான் துன்பத்தை தருகின்றது என்றாலும் நன்மையின் இருப்பை துன்பத்தின் வாயிலாக அத்தீமை சுட்டிக்காட்டுகிறது. எனவே, கடைபிடிக்கப்பட வேண்டிய ஒரு குணம் எது என்றால்-, எதிர்மறை மனப்பான்மையிலிருந்து நேர்மறை மனப்பான்மையைக் கடைபிடிப்பது; உள்ளத்தின் களங்கமான ஆசைகளை உயர்வெண்ணுதலுக்கான ஊக்கமாக மாற்றுவது; வெறியுணர்வு ஆற்றல்களை அறநெறி ஆற்றல்களாக திருத்தி அமைப்பது தான்.

மெய்யறிவு மிக்கவர்கள் தங்கள் எண்ணங்களைத் தூய்மைபடுத்திக் கொள்கிறார்கள். தீயசெயல்பாடுகளிலிருந்து விலகி நற்செயல்பாடுகளை மேற்கொள்கிறார்கள். தங்களது பிழைகளைக் கடந்து மெய்மையை நோக்கி அடியெடுத்து வைக்கிறார்கள். ஆசைகளை கிளறும் பாவத்தின் மாயையிலிருந்து மேலெழுகிறார்கள். மன உந்துதலால்களான தூண்டுதல்களின் துன்புறுத்தலுக்கு அடி பணியாமல் மேலெழுகிறார்கள். துக்கமான இருண்ட உலகிலிருந்து மீண்டு எழுந்து தெய்வீக உணர்வுடனான உயர்வாழ்விற்குள் நுழைகிறார்கள்.

சே.அருணாசலம்

5. அனுபவத்தால் உணரக்கூடிய உயர்வாழ்வு

ஒருவன் இருண்ட படிநிலையான உள்மன உந்துதல்களாலான தூண்டுதல்களின் பிடியில் சிக்கி தவிப்பதிலிருந்து மெய்யறிவு மிக்க மனந்திருந்துதல் நிலைக்கு வரும் போது அவன் ஒரு புனிதனாகிறான். அதாவது, தன்னை பரிசுத்தப்படுத்திக் கொள்ளல் என்பதன் தேவையை உணர்ந்தவனாகிறான், தன்னை பரிசுத்தப்படுத்திக் கொள்ளல் என்றால் என்ன என்பதை புரிந்து கொண்டவனாக இருக்கிறான், தன் குற்றம் குறைகளை நிவர்த்தி செய்து கொள்வதில் ஈடுபடுகிறான்.

இவ்வாறு தீமை குறைய குறையவும் நன்மை கூட கூடவும் மனந்திருந்துதல் நிகழ்ந்து கொண்டிருக்கும் ஒரு கட்டத்தில் ஒரு புதிய மனக்கண் காட்சி, ஒரு புதிய உணர்வுநிலை நெஞ்சில் உதிக்கின்றது.

உணர்ச்சிவேகம் முதல் நிம்மதி வரை

ஒருவன் புதிய ஒரு மனிதனாக பிறப்பெடுக்கிறான். இந்த கட்டம் வரும் போது புனிதன் ஞானியாகிறான். அவன் மனித வாழ்விலிருந்து தெய்வீக வாழ்விற்குள் நுழைகிறான். அவன் மீண்டும் "பிறந்து உள்ளான்" என்று கருதப்படலாம். அவனுக்கு ஒரு புதிய வகையான அனுபவங்கள் சுழல்வரிசையாக நேர்கின்றன. புதிய ஆற்றல்களை அவன் வெளிப்படுத்துகிறான். அவனது கூர்மையான ஆன்மீக பார்வைக்கு முன் புதிய ஒரு பிரபஞ்சம் விரிகிறது. இது தான் அனுபவத்தால் உணரக்கூடிய கூடிய உயர்வாழ்வுக்கு உரிய படிநிலை. இதையே அனுபவத்தால் உணரக்கூடிய உயர்வாழ்வு என்கிறேன்.

பாவங்கள் இனியும் உணர்வுநிலையில் இல்லாத போது, பதட்டமும் சந்தேகமும், வருத்தமும் துக்கமும் முடிவுறும் போது; இச்சையுணர்வுகளும் பகைமையுணர்வுகளும் கோபமும் பொறாமையும் எண்ணங்களில் இடம் பெறாமல் இருக்கும் போது; தனக்கு நேர்ந்துள்ள சூழலுக்காக மற்றவர்கள் மீது பழியும் தூற்றுதல்களும் சுமத்தாத நிலை நிலவும் போது; நடப்பன யாவும் நல்லவையாகவே காணப்படும் போது; ஏனென்றால் அவை ஒரு காரணத்தின் விளைவாக தான் நிகழ்ந்துள்ளன என உணர்ந்திருப்பது, எந்த நிகழ்வும் மனதை பாதிக்க முடியாத நிலை உருவாகும் சூழல் தான்

சே.அருணாசலம்

அனுபவத்தால் உணரக்கூடிய கூடிய உயர்வாழ்வு எட்டப்படுவதன் பொருள். குறுகிய மனித கூடு கொண்ட ஆளுமை தகர்க்கப்பட்டு தெய்வீக வாழ்வு மலர்கிறது. தீமை முற்றிலுமாக கடந்து வரப்படுகிறது. நன்மையே எங்கும் எதிலுமாக இருக்கிறது.

தெய்வீக உணர்வுநிலை என்பது மனித உணர்வுநிலை தீவிரமாக இயங்கும் உணர்வுநிலை அன்று. அது ஒரு புதிய உணர்வுநிலையின் வடிவமாகும். பழையதிலிருந்து முளைத்து எழுந்திருந்தாலும் பழையதன் தொடர்ச்சி என்று கூற முடியாது. வலி மிகுந்த பயணத்தை ஒரு காலத்திற்கு மேற்கொண்ட பின், பாவம் மற்றும் துக்கம் கலந்திருக்கும் அந்த கீழ்நிலை வாழ்விலிருந்து அது பிறப்பு எடுத்திருக்கின்றது. இப்பொழுது அந்த வாழ்வை அது கடந்து வந்துவிட்டது. இனி, அந்த பழைய வாழ்வோடு அதற்கு எந்த தொடர்பும் இல்லை. மலர் என்பது விதையிலிருது தான் வந்தது என்றாலும், அந்த விதை நிலையை விட்டு மேலெழுந்து வந்து விட்டது.

உணர்ச்சிவேகம் முதல் நிம்மதி வரை

அகம்பாவ வாழ்வின் அடிநாதமாக வெறியுணர்வு இருப்பது போல, அனுபவத்தால் உணரக்கூடிய உயர் வாழ்வின் அடிநாதமாக சலனமற்ற சாந்த உணர்வு இருக்கின்றது. அந்த உயர்வாழ்விற்குள் ஒருவன் மேலெழுந்துள்ளதால், அவன் ஒத்திசைவின்மை மற்றும் தொல்லைகளிலிருந்து மேலெழுந்து இருக்கிறான். குறைபாடுகளற்ற நன்மை என்பது வெறும் ஒரு சிந்தையாகவோ அல்லது ஒரு கருத்தாகவோ இல்லாமல், ஓர் அனுபவமாக உணரப்படுகிறது அல்லது ஓர் உடைமையாக அறியப்படுகிறது. அப்போது பெறப்படும் சாந்தமான தொலைநோக்கின் காரணமாக எந்த கடினமான சூழல்களிலும் பேரமைதி ஊட்டும் மகிழ்ச்சி ஊடுருவி நிலைபெறும்.

அனுபவத்தால் உணரக்கூடிய உயர் வாழ்வு வெறியுணர்வின் விதிகளால் அமைக்கப்படவில்லை, ஆனால், அறநெறி விதிகளால் அமைக்கப்பட்டு இருக்கிறது. தோன்றி மறையும் உந்துதல் உணர்வுகளால் அமைக்கப்படவில்லை, ஆனால், காலத்திற்கும் நிலையான நீதி நெறிகளால் அமைக்கப்பட்டு இருக்கின்றது. அதன் தெளிவான சூழலில் அனைத்து நிகழ்வுகளும் வரிசை முறையாக வெளிப்படுகின்றன. எனவே, அங்கே துக்கத்திற்கோ, பதட்டத்திற்கோ அல்லது வருத்தத்திற்கோ எந்த இடமும் இல்லை.

சே.அருணாசலம்

மனிதர்கள் தான் என்ற அகம்பாவத்தினால் வெறியுணர்வுகளில் சிக்கி இருக்கும் போது தங்கள் மீது பாரமான பல சுமைகளை ஏற்றிக் கொண்டு அல்லல் படுகிறார்கள். அனைத்திற்கும் மேலாக தங்களின் அற்பமான ஆணவத்தையும், ஆளுமையையும் அதன் கண நேர இன்பத்திற்காக காப்பாற்றிக் கொள்ள, அதை என்றென்றும் தக்க வைத்துக் கொள்ளத் துடிக்கிறார்கள். இப்போது நிகழும் இந்த மெய்யறிவுடனான நன்மையான வாழ்வில் இவை எல்லாம் கடந்து வரப்பட்டு இருக்கின்றன. சொந்த விருப்பங்களுக்கு பதிலாக பிரபஞ்ச நன்மைக்கான குறிக்கோள்கள் இடம் பெறுகின்றன. ஆணவ, ஆளுமையின் நிலை குறித்த அனைத்து பதட்டங்களும் இன்பங்களும் இரவின் குழப்பமான கனவு போல சிதறடிக்கப்படுகின்றன.

வெறியுணர்வு கண்மூடித்தனமானது, அறியாமை மிக்கது. அதன் குறுகிய உணர்வுகளை மட்டுமே அது காணும், அவற்றை ஈடேற்றிக்கொள்வதை மட்டுமே அது அறிந்திருக்கும். சுயம் எந்த நீதி நெறியையும் அறியாது. அதன் ஒரே குறிக்கோள் பெற்றுக் கொண்டு அனுபவிக்க வேண்டும் என்பதே. பெறுவது என்பது உடல் இச்சைகளில் தொடங்கி

உணர்ச்சிவேகம் முதல் நிம்மதி வரை

பல நுட்பமான ஆணவ கூறுகளை கொண்டதாகும், பல அளவீடுகளில், தனக்கென தனியே ஒரு சுவர்கம் அல்லது மரணமற்ற தான் என்ற சுயத்திற்கு ஆசைபடுவது வரை நீளும். என்றாலும், அது அந்த அதே பழைய தான் என்ற அகம்பாவம் கொண்ட சுயம் தான். அந்தப் பழைய இச்சைகளுக்கு பதிலாக நுட்பமான ஏமாற்றும் வடிவில் வருகிறது. அது சுயநல சுகத்துக்கான ஏக்கமாக இருக்கலாம், அது என்றென்றும் நிலைக்க வேண்டும் என்னும் பேராசையுடனும் அது ஒரேயடியாக பறிக்கப்பட்டு விடுமோ என்ற அச்சத்துடனும் கூடவே உடன் வரும்.

அனுபவத்தால் உணரக்கூடிய உயர் வாழ்வில் பேராசையும் இறுகப்பற்றுதலும் முடிவுக்கு வந்து இருக்கின்றன. ஆதாயத்திற்கான பேராவலும் நட்டத்திற்கான அச்சமும் இனியும் இல்லை. எங்கே பிரபஞ்ச ஒழுங்கு காணப்படுகிறதோ அங்கே பிரபஞ்ச நன்மையும் காணப்படும். அங்கே பேராணந்த நிலை எப்போதும் நிலவிக் கொண்டிருப்பது ஒரு இயல்பான நிலையாக இருக்கும். அங்கே ஆசைபடுவதற்கோ அல்லது அச்சப்படுவதற்கோ என்ன இருக்கிறது?

சே.அருணாசலம்

எவன் ஒருவன் தனது முழு இயல்பையும் நீதியின் விதிகளோடு ஒத்திசையும் படி வாழ்வை மேற்கொள்கிறானோ, தனது எண்ணங்களை தூய்மையாக்கி கொண்டு இருக்கிறானோ, தனது செயல்பாடுகளுக்கு பழி சுமத்தாமல் இருக்கிறானோ, அவனே வீடு பேறு பெற்றவன், அவன் இருளை கடந்த ஒளி நிலைக்கு, இறப்பை கடந்த இறவாமை நிலைக்கு வந்திருக்கிறான். அனுபவத்தால் உணரக்கூடிய உயர் வாழ்வு என்பது முதலில் அறநெறி சார்ந்ததாகவும், பின்பு ஒரு புதிய தொலைநோக்கு கண்ணோட்டமாகவும் அடுத்து இறுதியாக பிரபஞ்ச செயல்பாடுகளின் காரண விளைவுகளுக்கான முழுமையான புரிதலாகவும் இருக்கிறது. இந்த அறநெறி சார்பு, தொலைநோக்கு கண்ணோட்டம், புரிதல் ஆகியவையே புதிய உணர்வு நிலையான தெய்வீக வாழ்வு.

அனுபவத்தால் உயர்வாழ்வை உணர்ந்த மனிதன், சுயம் அதன் ஆற்றல் மேலோங்கியிருக்கும் தளத்தை கடந்த நிலையில் இருப்பவன் ஆவான். அவன் தீமையை கடந்து விட்டான். அவன் நன்மையைக் கடைபிடித்து அதைப் பற்றியப் புரிதலோடு வாழ்கிறான். மங்கிய பார்வையோடு இதுவரை உலகை பார்த்து கொண்டிருந்தவன், இப்போது பார்வை திறன் மீட்கப்பட்டு

ஒவ்வொன்றையும் அவை உள்ளவாறே காணும் ஒருவனைப் போல் ஆவான்.

தீமை என்பது ஒரு அனுபவம். அது ஒரு ஆற்றல் அல்ல. இந்தப் பிரபஞ்சத்தில், அது எதையும் சார்ந்திராத ஒரு ஆற்றல் என்றால் அது எவர் ஒருவராலும் கடந்து வரப்பட்டு இருக்க முடியாது. அது ஒரு ஆற்றலாக இல்லை என்றாலும் அது ஒரு சூழலாக உண்மையில் நிலவத் தான் செய்கிறது, காரணம், எல்லா அனுபவங்களும் உண்மை தன்மை கொண்டவை ஆகும். அது ஒரு அறியாமை நிலை, முழு வளர்ச்சி பெறாத நிலை. எனவே, அது அறிவின் பெருஒளி முன்பு மறைந்து விடும், குழந்தையின் அறியாமை எப்படி படிபடியாக கல்வி கற்பதை தொடர்ந்து மறைகிறதோ அது போல மறையும், எழும் பேரொளியின் முன் இருள் மறைவது போல மறையும்

உணர்வுத் தளத்தில் நல் அனுபவங்கள் தடம் பதித்து உள்ளே புக புக தீமையின் வலி மிகுந்த அனுபவங்கள் மறையத் தொடங்கும். நல் அனுபவங்கள் என எவற்றை எல்லாம் சொல்கிறோம்? அப்படி நிறைய, அழகிய நல் அனுபவங்கள் இருக்கின்றன, எடுத்துக்காட்டாக

சே.அருணாசலம்

பாவங்களிலிருந்து விடுதலை பெற்றிருப்பதை உணரும் தெளிந்த அறிவு; மனதில் எந்த உறுத்தலும் இல்லாமல் இருப்பது மற்றும் மன உந்துதல்களினாலான தூண்டுதல் இச்சைகளின் சித்திரவதையிலிருந்து விடுப்பட்டு இருப்பது; முன்பு பெரும் துன்பம் அளித்த சூழல்களும் கூட இப்போது நிகழும் போது, அவை விவரிக்க முடியாத இன்பமும் மகிழ்ச்சியுமாக இருப்பது, மற்றவர்களது செயல்பாடுகளினால் காயமுறாமல் இருப்பது. பொறுமையும் இனிமையுமான குண இயல்பு; எந்தச் சூழ்நிலையிலும் அமைதியும் சாந்தமுமான மனம்; சந்தேகம், அச்சம், பதட்டத்திலிருந்து விடுப்பட்டிருக்கும் நிலை. வெறுப்பு, பொறாமை, பகைமை ஆகியவற்றிலிருந்து விடுப்பட்ட நிலை; தங்களை எதிரிகள் அல்லது பகைவர்கள் என்று கருதுபவர்கள் மீதும் அன்பை உணரும் தன்மையும் அன்போடு செயல்படும் ஆற்றலும் பெற்றிருப்பது; தூற்றுதலுக்கு பதிலாக வாழ்த்துக்களை, தீமைக்கு பதிலாக நன்மையை அளிக்கும் பெருங்குணம்; மனித இதயம் அடிப்படையில் நன்மையானது என்ற கண்ணோட்டத்துடன் மனித இதயத்தைப் பற்றிய ஆழ்ந்த அறிவு; நிகழக்கூடிய ஒன்றிற்கான அறநெறி காரண விளைவுகள் பற்றிய உள்ளுணர்வு மற்றும் மனித மனங்களின் பரிணாம வளர்ச்சி, மனித குலத்திற்காக ஒரு நுட்பமான பெரு நன்மை காத்திருப்பதை காணும் ஒரு தீர்க்கதரிசனமான

பார்வை. அனைத்திற்கும் மேலாக, தீமையின் ஆற்றல் அதன் வரையறுக்கப்பட்ட எல்லைக்கு உட்பட்டு மட்டுமே, அதுவும் அது என்றென்றும் நிலை பெற்று இருக்கும் நன்னமையின் ஆற்றல் போல் ஓர் பேராற்றல் அல்ல என்று அறிந்து மகிழ்வது.

சாந்தமான, வலிமையான, பரந்த மனபான்மையுடனான வாழ்வு இவை அனைத்தையும் உணர்த்துவிப்பதாக உள்ளடக்கியிருப்பதாக அனுபவத்தால் உணர்ந்த உயர் வாழ்வை வாழும் மனிதனது வாழ்வு வளமான நிகழ்வுகளை கொண்டதாக இருக்கும். கூடவே, புதிய வெவ்வேறு ஆதார வளங்கள், பரந்த ஆற்றல்கள், விரைந்து முடிக்கும் திறன்கள், விரியும் செயற்பாட்டு அளவுகள் போன்றவை வாழ்விற்குள் நுழைவதற்கான வாயிலாக புதிய உயர்வுணர்வு நிலை இருக்கும்.

உயர்வுணர்வு என்பது மேலெழுந்த உயர் குண இயல்புகள் ஆகும். தீமையும் நன்மையும் ஒருங்கே உறைய முடியாது. தீமை கைவிடப்பட்டு, பின்னுக்கு தள்ளப்பட்டு கடந்து வரப்படும் போது தான் நன்மை அறியப்பட முடியும், அதை பற்றிக் கொள்ள

முடியும். நன்மை கடைபிடிக்கப்பட்டு முழுதாக உணரப்படும் போது, மனதின் அனைத்து துன்பங்களும் முடிவுக்கு வருகின்றன. காரணம், தீமையின் உணர்வு நிலையோடு உடன் வரும் வேதனையும் துக்கமும் நன்மையின் உணர்வு நிலையோடு உடன் வர முடியாது.

ஒரு நல்மனிதனுக்கு எது நேர்ந்தாலும் அது அவனுக்கு குழப்பத்தையோ அல்லது துக்கத்தையோ ஏற்படுத்த முடியாது, காரணம், அது வெளிப்படுவதற்கான மூல காரணத்தை அவன் அறிந்திருக்கிறான். அந்தச் சூழல் அவனுள் நிலைநிறுத்திக்கொள்ள வேண்டிய நன்மையைச் சுட்டிக்காட்டுவதை உணர்கிறான். எனவே, அவனது மனம் நிம்மதியாகவும் மகிழ்ச்சியாகவும் இருக்கிறது. ஒரு நல்மனிதன் உடலளவில் பிணைக்கப்பட்டு இருந்தாலும் அவனது மனம் விடுதலை பெற்றே இருக்கிறது. அவனது உடல் காயப்பட்டு வலியில் துடித்தாலும் அவனது இதயத்தில் மகிழ்ச்சியும் நிம்மதியும் உறைகின்றன.

உணர்ச்சிவேகம் முதல் நிம்மதி வரை

ஆன்மீக ஆசான் ஒருவரிடம் ஒரு சீடன் மிகுந்த உள்ளார்வத்தோடும் உண்மையோடும் பயின்று வந்தான். பல ஆண்டு கற்று, பயிற்சிக்கு பின் ஒரு கேள்வியை ஆசானிடம் சீடன் முன் வைத்தான். ஆசானால் அதற்கு உடனடியாக பதிலளிக்க முடியவில்லை. பல நாள் அது குறித்த தியானத்திற்கு பின் சீடனிடம் அவர், "நீ கேட்ட கேள்விக்கு என்னிடம் விடை இல்லை. நீ அதற்கு ஏதாவது பதிலை வைத்திருக்கிறாயா?" என்றார். தானே எழுப்பிய கேள்விக்கு சீடன் தான் கருதிய ஒரு பதிலை சொன்னான். அப்போது ஆசான் சீடனிடம், "என்னால் விடை அளிக்க முடியாத கேள்விக்கு நீ விடை அளித்திருக்கிறாய். இனி என்னுடைய அல்லது வேறு எவருடைய போதனையும் உனக்கு தேவையில்லை. காரணம், இப்போது, உண்மை உனக்கு போதிக்கிறது. ஓர் இராஜப் பருந்தை போல எந்த மனிதனும் பின் தொடர முடியாத உயரத்திற்கு நீ பறந்து சென்றிருக்கிறாய். இனி, உன் பணி என்பது மற்றவர்களுக்கு போதிப்பது தான். நீ மாணவனாக இனியும் இல்லை. ஆசான் ஆகிவிட்டாய்" என்றார்.

சே.அருணாசலம்

தெய்வீக மெய்யறிவு பெற்ற ஒருவன் தான் கடந்து வந்துள்ள வாழ்வை, சுயத்தை அடிப்படையாக வைத்து தான் முன்பு வாழ்ந்த வாழ்வை, பின்னோக்கி பார்க்கும் போது அந்த வாழ்வில் அவன் அனுபவித்த துன்பங்கள் எல்லாம் அவனுக்கு கற்று தந்து மேல் நிலைக்கு அழைத்துச் செல்லும் பள்ளி ஆசிரியர்களாக அவனுக்குத் தோன்றுகின்றன. அவை கற்றுத் தர முனைந்ததை அவன் கற்றுக் கொண்ட பின் அவை அவனிடம் விடை பெற்று சென்று விட்டன. அவன் பாடத்தை கற்றுக் கொள்ள வேண்டும் என்ற குறிகோளுடன் அவை வந்தன. அவன் அதை கற்ற பின் இனி களத்தில் அவன் வெற்றி பெறுவான் என்ற நம்பிக்கையோடு விடை பெற்றுவிட்டன. காரணம், கீழ் நிலை மேல் நிலைக்கு கற்றுத் தர முடியாது. அறியாமை, மெய்யறிவிற்கு கற்றுத் தர முடியாது. தீமையால் நன்மைக்கு மெய்ஞானத்தை வழங்க முடியாது. மாணவன், ஆசிரியருக்கு பாடத்தை அமைக்க முடியாது. நிலையாக உள்ள கடந்து வரப்பட்ட ஒன்றானது, அதை கடந்து சென்று விட்டதை இனி எட்டிப் பிடிக்க முடியாது. தீமையானது அதன் தளத்தில் மட்டுமே, அது தலைவனாக கருதப்படுகிற நிலையில் மட்டுமே செயல்பட முடியும். நன்மையின் தளத்திற்குள் அதற்கு எந்த இடமும் இல்லை, எந்த அதிகாரமும் இல்லை.

உண்மை என்ற நெடுஞ்சாலையில் பயணிக்கும் வலிமையான பயணிக்கு தீமைக்கு அடிபணிதல் என்ற ஒன்றைப் பற்றி எதுவும் தெரியாது. நன்மைக்கு அடிபணிவது பற்றி மட்டும் தான் அவனுக்குத் தெரியும். "பாவத்தின் பிடியிலிருந்து மீள முடியாது, தீமையை பொறுத்துக் கொள்ளத் தான் வேண்டும்" என்று சொல்லி ஒருவன் தீமையிடம் சரணடைவதன் வாயிலாக தீமை தான் தனது எஜமானன் என அவன் ஒப்புதல் அளிக்கிறான். அந்த தீமையானது அவனுக்கு நல்லதை அறிவுறுத்தும் எஜமானன் அல்ல, ஆனால், அவனை அடிமையாக்கி கொடுமைபடுத்தும் எஜமானன். நன்மையை விரும்புபவன், தீமையை விரும்புபவனாகவும் இருக்க முடியாது. ஒரு நொடி கூட அதன் தலைமைத்துவத்தை அவனால் அனுமதிக்க முடியாது. அவன் நன்மையை உயர்த்தி போற்றுபவன், தீமையை அல்ல. அவன் ஒளியை விரும்புபவன், இருளை அல்ல.

சே.அருணாசலம்

ஒருவன் உண்மையை அவனது எஜமானன் ஆக்கி கொள்ளும் போது, பிழையை தவிர்க்கிறான். அவன் பிழையை கடந்து வரும் போது, அவன் தன் எஜமானனை போலவே ஆகிறான். இறுதியில் அந்த உண்மையோடு இரண்டற கலக்கிறான். தன் செயல்பாடுகளின் வாயிலாக அந்த உண்மையை போதிக்கிறான். தன் வாழ்வில், தன் நடவடிக்கைகளில் அந்த உண்மையை அவன் பிரதிபலிக்கிறான்.

அனுபவத்தால் உணர்ந்த உயர் வாழ்வு என்பது இயல்பு நிலைக்கு அப்பாற்பட்ட ஒரு நிலை அல்ல. அது பரிணாம வளர்ச்சியின் வரிசைபடியின் அடுத்த கட்ட நிலை. இப்போது சிலர் மட்டுமே இந்நிலையை அடைகிறார்கள் என்றாலும், இனி வரும் காலங்களில் பலரும் இந்நிலையை அடைவார்கள். அந்நிலையை எட்டுபவன் அதன் பின் பாவங்களில் ஈடுபடமாட்டான், துக்கப்படமாட்டான், குழப்பத்தில் இருக்க மாட்டான். அவனது எண்ணங்கள் நல்லவையாக இருக்கும், செயற்பாடுகள் நல்லவையாக இருக்கும். அவன் செல்லும் நற்பாதை ஆழமான பேரமைதியுடன் இருக்கும். அவன் அகம்பாவத்தை வென்றவன். உண்மைக்கு சரணடைந்தவன். தீமையை வென்றவன், நன்மையை உணர்ந்தவன். இனிமேல், அவனுக்கு நூல்களோ மனிதர்களோ போதிக்க

முடியாது. அவன் எல்லாம் வல்ல உண்மையின் உணர்வால், பெருநன்மையால் வழிநடத்தப்படுகிறான்.

சே.அருணாசலம்

6. அழகியல் வாழ்வு

தெய்வீக நன்மை கடைபிடிக்கப்படும் போது, வாழ்வு பேருவகையாக இருக்கும். பேருவகையாக இருப்பது என்பது ஒரு நல்மனிதனின் இயல்பு நிலையாகும். வாழ்வில் குறுக்கிடும் புறத்தாக்குதல்கள், அவமதிப்புக்கள் மற்றும் தண்டனைகள் மற்ற மனிதர்களுக்கு துன்பத்தை கொடுக்கின்ற வேளையில், அவை ஒரு நல் மனிதனின் மகிழ்ச்சி நிலையை அதிகப்படுத்தும், காரணம், அவை அவனுள் இருக்கும் ஆழமான நன்மையின் ஊற்றை இன்னும் அதிகமாக சுரக்கும்படிச் செய்கின்றன.

அனுபவத்தால் உணர்ந்த உயர் குண இயல்புகளை கொண்டிருப்பது என்பது உயர்வுணர்வான மகிழ்ச்சியை அனுபவிப்பதாகும். இயேசுகிறிஸ்து உறுதியளித்துள்ள அழகியலான அருட்பேறுகள்—

உணர்ச்சிவேகம் முதல் நிம்மதி வரை

இரக்க குணம் கொண்டவர்கள், தூய்மையான உள்ளம் கொண்டவர்கள், அமைதியை நிலைநாட்டுபவர்கள் போன்ற சுவர்க வாழ்வின் தன்மைகளை கொண்டிருப்பவர்களுக்கு ஆனது ஆகும். உயர்வான அற நெறிகள் மகிழ்ச்சிக்கு இட்டு செல்வதோடு நிற்பதில்லை; அதுவே அதன் அளவில் மகிழ்ச்சி தான். அனுபவத்தால் உணர்ந்த அறநெறிகளை தன்னியல்பில் கொண்டவன் மகிழ்ச்சியற்றவனாக இருக்க முடியாது. மகிழ்ச்சியின்மைக்கான காரணம் சுய-அபிமான கூறுகளில் தான் காணப்பட வேண்டுமேயன்றி சுய நலத்தை ஈகம் செய்யும் குணங்களில் அல்ல. ஒருவன் அற நெறிகளை கடைபிடிப்பவனாக இருந்து மகிழ்ச்சியின்றி இருக்கலாம். ஆனால், தெய்வீக அற நெறிகளை கடைபிடிப்பவனாக இருந்தால், அவன் மகிழ்ச்சியற்று இருக்க முடியாது.

மனித அற நெறிகள் சுயத்துடன் பின்னி பிணைந்துள்ளன. எனவே, துக்கமும் அவற்றோடு பின்னி பிணைந்திருக்கும். ஆனால், தெய்வீக அறநெறிகளிலிருந்து சுயத்தின் ஒவ்வொரு கூறும் அறுத்தெறியப்பட்டுள்ளன, எனவே, துக்கமும் அறுத்தெறியப்பட்டுள்ளது. இதனை ஒப்புமைபடுத்தி விளக்க பின்வரும் சித்தரிப்பு போதுமானது: சிங்கத்திற்கு நிகரான துணிவை தாக்குதலிலும்

சே.அருணாசலம்

தற்காப்பிலும் உடையவனாக ஒருவன் இருக்கலாம்.(மனித அறநெறிக்கு ஒப்புமையாக). ஆனால், அதனால் அவன் பெருமகிழ்ச்சி பெற்றிருப்பவன் என்று கூற முடியாது.

ஆனால், எவனது துணிவு தெய்வீக இரக்கத்துடன் உள்ளதோ, எவனால் தாக்குதல் மற்றும் தற்காப்பு என இரண்டையும் கடந்து வந்து மென்மையாக இருக்க முடிகிறதோ, தாக்குதலுக்கு உள்ளாகும் போதும் சாந்தமானவனாகவும் அன்பானவனாகவும் இருக்க முடிகிறதோ, அத்தகைய ஒருவனின் மகிழ்ச்சியை எதுவும் பறிக்க முடியாது. மேலும், அவனை பகையாளியாக கருதுபவனது உள்ளத்தில் இருக்கும் பகை உணர்வும் அவனுள் இருக்கும் மகிழ்ச்சியால் களைந்து எறியப்பட அப்பகைவனும் மகிழ்ச்சி உடையவனாவான்.

மனித அறநெறிகளை கடைபிடித்து ஒழுகுவது என்பது உண்மையை நோக்கிய பயணத்தில் ஒரு முக்கியப்படி. ஆனால், தெய்வீக வழி அதையும் கடந்தது. அதையும் அடுத்த உயர்ந்த இடத்தில் உண்மை உள்ளது.

உணர்ச்சிவேகம் முதல் நிம்மதி வரை

தனக்கென ஒரு சுவர்கமோ அல்லது இறவாத பெருவாழ்வோ வேண்டி நன்மையை செய்வது மனித அறநெறியாகும். ஆனால், அதில் சுயம் கலவாமல் இல்லை. துக்கத்திலிருந்து அது விடுப்பட்டு இருக்கவில்லை. அனுபவத்தால் உணர்ந்த உயர் அறநெறிகள் அனைத்தும் நன்மையானவையே, நன்மையானவையே அனைத்தும், எந்த சுயநலமோ அல்லது தீதான உள்நோக்கமோ அதில் கலந்திருப்பதில்லை. மனித அறநெறிகள் குறைபாடு நிறைந்தவை. அதில் கீழ்நிலை, சுயநல கூறுகள் கலந்திருக்கின்றன. அவை திருத்தப்பட வேண்டும். தெய்வீக அறநெறிகள் களங்கமற்றவை, தூய்மையானவை. அது தன்னளவில் குறைகளற்றது, முழுமையானது.

எல்லா மகிழ்ச்சி மற்றும் பேருவகையை தன்னகத்தே கொண்டிருக்கும் (அனுபவத்தால் உணரப்படும்) உயர் அறநெறிகள் என எவை எல்லாம் சொல்லப்படுகின்றன? அவை:

பாராபட்சமின்மை;- மனித இதயத்தை, மனித செயல்பாடுகளை ஆழமாக உற்று நோக்குவது ஆகும். அதன் விளைவாக, ஒருவனுக்கு அல்லது ஒரு தரப்பிற்கு ஆதராகவோ எதிராகவோ ஒருபக்க சார்பு நிலையை மேற்கொள்ளமல் பாராபட்சமின்றி நியாயத்தின் பக்கம் நிற்பது.

சே.அருணாசலம்

எல்லைவகுக்காத அன்பு;- அனைத்து மனிதர்கள் மற்றும் உயிர்களுக்கும், அவர்கள், எதிரிகளோ அல்லது நண்பர்களோ, எல்லை வகுக்காமல் அன்பை வழங்குவது.

பொறுமை;- எல்லா காலங்களிலும், அனைத்துச் சூழல்களிலும், மிக சோதனைக்கு உட்படும் போதும் பொறுமையைக் கடைபிடிப்பது.

உள்ளார்ந்த பணிவு;- சுயத்தை முற்றிலுமாக துறந்து இருப்பது. தன்னுடைய செயற்பாடுகளை, மற்றவர்களது செயல்பாட்டினை காண்பது போலவே கண்டு ஆராயும் தன்மை.

களங்கமில்லாத தூய்மை;- மனதிலும் செயலிலும் களங்கமில்லாத தூய்மை நிலவுவது. தீங்கான எண்ணங்கள், களங்கமான கற்பனைகள் ஆகியவற்றிலிருந்து விடுபட்டு இருப்பது.

கலக்கமடையாத சாந்தமான மனது;- சோதனையான புறச்சூழல்களுக்கு இடையிலும் அல்லது கொந்தளிப்பான கடினமான காலகட்டங்கள் மற்றும் பிரச்சினைகளுக்கு இடையிலும் கலங்காத சாந்தமான மனதை கொண்டிருப்பது.

இதயத்தில் குடி கொண்டிருக்கும் நிலையான நன்மை; தீமையை ஏற்றுக்கொள்ளாமல், தீமைக்கு பதிலாக நன்மையைத் தருவது.

இரக்கம்;- அனைத்து உயிர்களுக்கும் மனிதர்களுக்கும் அவர்கள் படும் துன்பத்துக்கு இரங்கி ஆழமான பேரிரக்கத்தை வழங்குவது. பலவீனமானவற்றையும் உதவியற்றவைகளையும் கேடயமாக இருந்து காப்பது. தனது எதிரியானாலும் புறத்தாக்குதல் மற்றும் அவதூறிலிருந்து அவனைக் காப்பது.

பேரன்பு;- அனைத்து உயிர்கள் மீதான பேரன்பு. வெற்றியும் மகிழ்ச்சியும் பெற்றவர்களுடன் மகிழ்ச்சியை கொண்டாடுவது. துக்கமும் தோல்வியையும் கொண்டிருப்பவர்களுக்கு இரக்கப்படுவது.

சே.அருணாசலம்

நிலையான பெருநிம்மதி;- அனைத்து உயிர்கள் மீதும் பேரமைதியை பொழிவது. முழு உலகோடும் இணக்கமாக இருப்பது. பிரபஞ்ச பேர் ஒழுங்கின் மீதான ஆழமான பார்வையுடன் முரண்படாமல் இருப்பது.

தீநெறி மற்றும் நன்னெறி ஆகிய இரண்டையும் கடந்த அறநெறிகள் அவை. அறநெறிகளின் அனைத்து சாரம்சத்தையும் அவை உள்ளடக்கியிருக்கின்றன. அவற்றையும் கடந்த தெய்வீக உண்மைக்குள்ளும் அவை புகுகின்றன. எண்ணிலடங்காத முயற்சிகளால் விளைந்தவை அக்கனிகள். தன்னை வென்றவனுக்கு வழங்கப்பட்ட விலை மதிப்பிட முடியா பரிசுகள் அவை. நெற்றி புருவம் சுளிக்காது முயன்று தன்னை வென்றவனுக்கு சூட்டப்படும் மணி மகுடம் அது. இந்த கம்பீரமான இயல்புகள் ஞானிக்கு அணி செய்கின்றன. அவை அவனை பாவத்திலிருந்தும் துக்கத்திலிருந்தும், ஆபத்திலிருந்தும் தாக்குதல்களிலிருந்தும், குழப்பத்திலிருந்தும் கொந்தளிப்பிலிருந்தும் என்றென்றும் கேடயமாக இருந்து காக்கின்றன. சுயத்தின் அனைத்து பரபரப்புக்களையும் கடந்த நிலையில் மனகலக்கமில்லாத, தூய்மையான, ஆழமான,

உணர்ச்சிவேகம் முதல் நிம்மதி வரை

உயர்வான பெருமகிழ்ச்சி, பேரருள், பேருவகை ஆகியன அவனுள் உறைய இவ்வியல்புகள் காரணமாகின்றன. சுயநல தேடுதல் கொண்டவர்களின் உணர்வு எல்லைக்கு அப்பாற்பட்டதாக அது இருக்கின்றது.

வெறியுணர்வுகளை வென்றிருப்பவன் ஞானி. அவன் நிலையான அமைதியை பெற்றவன். மலையின் அடிவாரம் மீது கொந்தளிக்கும் கடலின் அலைகள் ஓயாது அடித்துக் கொண்டிருந்தாலும், மலை உறுதியோடு அசையாமல் இருக்கிறது. வாழ்வின் கரையோரம் இடைவிடாது புயற்காற்றாக வீசும் வெறியுணர்வுகளால் கலக்கமடையாதவனாக அறநெறிகளின் உயர்ந்த சிகரங்களை எட்டியிருக்கும் ஞானியின் மனமும் இருக்கின்றது. நன்மையானவனாக, மெய்யறிவு மிக்கவனாக அவன் என்றும் மகிழ்ச்சியோடும் சாந்தத்தோடும் இருக்கின்றான். அனுபவத்தால் உணர்ந்த உயர்வான அறநெறிகள் அவன் இயல்பாக இருப்பதால் அவன் வாழ்வு அழகியல்பாக இருக்கின்றது.

சே.அருணாசலம்

7. பெருநிம்மதி

எங்கே வெறியுணர்வு இருக்கிறதோ அங்கே நிம்மதி இருக்காது. எங்கே நிம்மதி இருக்கிறதோ அங்கே வெறியுணர்வு இருக்காது. இதுவே நிறைவு தரும் செயற்பாடுகள் என்னும் தெய்வீக மொழியின் அரிச்சுவடி. நிம்மதியும் வெறியுணர்வும் ஒரு சேர உறைய முடியாது என்று தெரிந்து கொள்வது என்பது குறுகியதை கைவிட்டு பரந்து விரிந்ததை தழுவிக்கொள்வதற்கு தயார்படுத்திக் கொள்வதாகும்.

மனிதர்கள் நிம்மதி வேண்டும் என்று வேண்டுகிறார்கள். ஆனால், வெறியுணர்வை இறுகப் பற்றிக் கொள்கிறார்கள். பகைமை போராட்டங்களை வளர்த்த படி சுவர்கத்தின் அமைதிக்கு தவமிருக்கிறார்கள். இது அறியாமையாகும். ஆழமான ஆன்மீக அறியாமையாகும். தெய்வீக மொழியின் அரிச்சுவடியைக் கூட அறியாதிருப்பதாகும்.

காழ்ப்புணர்வு மற்றும் அன்பு, போராட்டம் மற்றும் நிம்மதி ஒரு சேர ஒரே இதயத்தில் குடியிருக்க முடியாது. எப்போது, அவ்விரண்டில் ஒன்று விருந்தினராக வரவேற்கப்படுகிறதோ, மற்றொன்று அறிமுகமில்லாத ஒன்றாக விரட்டப்படும். எவன் மற்றவர்களை அவமதிக்கிறோனோ அவன் மற்றவர்களால் அவமதிக்கப்படுவான். எவன் தன் சக மனிதர்களை எதிர்க்கிறானோ அவன் அவர்களால் எதிர்க்கப்படுவான். மனிதர்கள் ஏன் தன்னுடன் ஒத்துப்போவதில்லை என அவன் ஆச்சிரியப்படவோ துக்கப்படுவதிலோ அர்த்தம் இல்லை. பிரிவுகளை ஊக்குவிப்பது அவனே தான் என்பதை அவன் அறிந்து கொள்ள வேண்டும். தனது நிம்மதியின்மைக்கான காரணம் என்ன என்பதை அவன் புரிந்து கொள்ள வேண்டும்.

எவன் இன்னொருவனை வெல்கிறானோ அவன் வீரன். எவன் தன்னையே வெல்கிறானோ அவன் மாவீரன் ஆவான். எவன் இன்னொருவனை வீழ்த்துகிறானோ அவனும் ஒரு நாள் மற்றவர்களால் வீழ்த்தப்படுவான். ஆனால், எவன் தன்னை வெல்கிறானோ அவன் ஒரு போதும் வீழ்த்தப்பட முடியாதவன்.

சே.அருணாசலம்

தன்னை தான் வெல்லுதல் என்ற வழிமுறையின் வாயிலாகவே நிறைவான நிம்மதி எட்டப்படுகிறது. புறச்சூழல்களுக்கு எதிரான தீவிரமான போராட்டத்தை விடுத்து தன்னுள் உறையும் தீமைகளுக்கு எதிரான புனிதப்போரை ஒருவன் தொடுக்கும் வரை, அவனால் நிறைவான நிம்மதியைப் புரிந்து கொள்ளவும் முடியாது. அதை நெருங்கவும் முடியாது. உலகின் பகைவன் தன்னுள் தான் உறைகிறான், தனக்கு வெளியில் அல்ல என்பதை உணர்ந்தவன், அவனது சீர்படுத்தப்படாத எண்ணங்களே துன்பத்திற்கும் குழப்பத்திற்கும் காரணமாக இருக்கின்றன, அவனது சொந்த களங்கமான எண்ணங்களே அவனது நிம்மதி மற்றும் உலகின் நிம்மதியைச் சிதைப்பதாக இருக்கின்றன என்பதை உணர்ந்தவன் புனிதப்பாதையில் ஏற்கெனவே அடியெடுத்து வைத்துவிட்டான்.

ஒருவன் தனது இச்சைகளையும் கோபத்தையும், காழ்ப்புணர்வையும் ஆணவத்தையும், சுயநலத்தையும் பேராசையையும் வெல்லும் போது உலகையே வென்றவனாகிறான். அவன் நிம்மதியின் எதிரிகளை வீழ்த்திவிட்டான். நிம்மதி அவனோடு தங்கியிருக்கும்.

நிம்மதி சண்டையிடாது. பாராபட்சமான நிலையை அது மேற்கொள்ளாது. அதன் குரல் கடுமையாக ஒலிக்காது. நிம்மதியின் வெற்றி என்பது கைபற்ற முடியாத மவுனமான பேரமைதியே.

எவன் பலவந்தமாக நெருக்குதலால் வெல்லப்படுகிறானோ, அவன் இதயத்தில் இன்னும் வெல்லப்படாதவனாகவே இருக்கிறான். அவன் முன்பை விட இன்னும் வலிமையான எதிரி ஆவதற்கான வாய்ப்புகள் அதிகம். ஆனால், எவன் நிம்மதியின் உள்ளுணர்வால் வெல்லப்படுகிறானோ அவன் இதயத்தில் மாறியவனாகிறான். எதிரியாக இருந்தவன் இப்போது நண்பனாகி விட்டான். வெறியுணர்வு மற்றும் அச்சத்தின் அடிப்படையில் நிர்பந்திக்கும் ஆற்றல் செயல்படுகின்றது. ஆனால், அன்பும் நிம்மதியும் இதயத்தை ஊடுருவி திருத்துகின்றது.

உள்ளத்தூய்மை வாய்ந்தவர்கள் மற்றும் மெய்யறிவு உடையவர்கள் உள்ளம் நிம்மதியால் நிறைந்திருக்கும். அது அவர்களது செயல்பாடுகளின் ஊடாக காணப்படும். அவர்களது வாழ்வில் அது நடைமுறைப்படுத்தப்பட்டு

செயல்வடிவம் பெறும். அது பகை மூளும் போரை விட வலிமையானது. நிர்பந்திக்கும் ஆற்றல் வெல்ல முடியாததை நிம்மதி வென்றெடுக்கும். அதன் சிறகுகள் நீதியானவர்களை கேடயமாக இருந்து பாதுகாக்கும். தீங்கு இழைக்காதவர்களுக்கு அதன் பாதுகாப்பில் எந்த தீங்கும் நேராது. சுயநல போராட்டங்களின் வெப்பத்திலிருந்து பாதுகாக்கும் அரணாக அது செயல்படும். தோல்வியுற்றவர்களுக்கு புகலிடமாக, நிர்கதியற்றவர்களுக்கு அடைகலமாக, தூய்மையானவர்களுக்கு ஓர் ஆலயமாக, அது விளங்குகிறது.

நிம்மதி கடைபிடிக்கப்படும் போது, நிலையான உடைமையாக அது உடனிருந்து அறியப்படும்போது மனதின் கொந்தளிப்புகளான—பாவங்களும் மனவுறுத்தல்களும், இறுகப்பற்றுதல்களும் எதிர்பார்ப்பிற்கு பின் வரக்கூடிய ஏமாற்றங்களும், இச்சைகளும் மன உந்துதலால்களாலான தூண்டுதல்களும், ஆசைபடுதலும் வருத்தப்படுதலும்—இவை அனைத்தும் அவற்றுக்கு சொந்தமான சுயத்தின் இருண்ட தளத்தில் விடப்படும், அந்த இருண்ட தளத்தைக் கடந்து அவற்றால் செல்ல முடியாது.

இந்த இருள் படிந்த நிழல்களின் ஆட்சி பிரதேதசத்தை கடந்தால், தெய்வீக அழகியல்பு வாசம் செய்கின்ற ஒளிவீசும் சமவெளி இருக்கின்றது. இந்த நெடும்பாதையில் புனிதப் பயணத்தை மேற்கொண்ட பயணி உரிய காலத்தில் இந்த இடத்திற்கு வந்து சேர்வான். வெறியுணர்வு என்னும் இறுகப்பிடிக்கும் சதுப்புநிலம், ஆணவம் என்னும் முட்காடுகள், சந்தேகம், நம்பிக்கையின்மை என்னும் வறண்ட பாலைநிலங்கள் என எவை குறுக்கிட்டாலும் வந்த வழியை திரும்ப பாராமல், தடம்புரளாமல் தனது உன்னதமான இலக்கை நோக்கிய பயணத்தில் தொடர்ந்து ஈடுபட்டிருக்கிறான். இறுதியில் பணிவும் தாழ்மையுணர்வும் கொண்டவனாக, அதே வேளை வலிமையும் ஒளிபொருந்தியவனுமாக அழகிய நகரான நிம்மதியை வந்தடைகிறான்.

அச்சு புத்தக விலைப்பட்டியல்

சே.அருணாசலம்

வ. எண்	ஜேம்ஸ் ஆலன் முதன்நூல்	தமிழ் மொழிபெயர்ப்பு நூல்	விலை ரூ
1	Man: King of Mind, Body and Circumstance	மனிதன்: மனம், உடல், சூழ்நிலையின் தலைவன்	125/-
2	Foundation Stones to Happiness and Success	மகிழ்ச்சிக்கும் வெற்றிக்குமான அடிதளம்	125/-
3	Out from the Heart	உள்ளத்திலிருந்தே வாழ்வு	125/-
4	Byways of Blessedness	அருள் பொழியும் நிழல் பாதைகள்	400/-
5	All These Things Added	வேண்டுவன யாவும் கிட்டும்	
5.1	Entering the Kingdom	சுவர்கத்தின் நுழைவாயில்	
5.2	The Heavenly Life	சுவர்க வாழ்வின் தன்மைகள்	

உணர்ச்சிவேகம் முதல் நிம்மதி வரை

6	Above Life's Turmoil	வாழ்வின் கொந்தளிப்புகளை கடந்த உயர்நிலைகள்	250/-
7	Men and Systems	மனிதர்களும் அமைப்புகளும்	
8	Mastery of Destiny	விதியை நிர்ணயிக்கும் ஆற்றல்	
9	From Passion to Peace	உணர்ச்சிவேகம் முதல் நிம்மதி வரை	150/-
10	Eight Pillars of Prosperity	வளமான வாழ்வைக் கட்டமைக்கும் எட்டு தூண்கள்	250/-
11	Through the Gate of Good or Christ and Conduct	நல்வாசலின் வழியே அல்லது கிறிஸ்துவும் நல்லொழுக்கமும்	150/-
12	Morning and Evening Thoughts	காலை மாலை சிந்தனைகள் (ஆங்கில மூலம்-தமிழ் மொழிபெயர்ப்பு)	200/-
13	Life Triumphant (Mastering the Heart and Mind)	வெற்றிகரமான வாழ்வு (மனதையும் இதயத்தையும் பண்படுத்தி ஆளுதல்)	220/-
14	Poems of Peace	நிம்மதியின் பாடல்கள்	250/-

15	The Shining Gateway	நேர்வழியின் சீரிய ஒளி	200/-
16	Light on Life's Difficulties	வாழ்வின் பிரச்சினைகள் மீதான ஒளிவீச்சு	
17	As a Man Thinketh	மனிதன், அவன் எண்ணங்களின் நிரலாக்கம்	
18.1	The Path to Prosperity	வளமான வாழ்விற்கு இட்டுச் செல்லும் பாதை	
18.2	The Way of Peace	நிம்மதியின் வழி	
19	Divine Companion	தெய்வீக உறுதுணை	
20	Meditations For Everyday of the year	தியானங்கள் ஆண்டின் ஒவ்வொரு நாளுக்கும்	

தொடர்புக்கு

வள்ளியம்மை பதிப்பகம்

மின்னஞ்சல்: arun2010g@gmail.com

வாட்ஸ் அப் எண்: 91-8939478478

உணர்ச்சிவேகம் முதல் நிம்மதி வரை

குறிப்புக்கள்: